புத்தர் வைத்திருந்த தானியம்

புத்தர் வைத்திருந்த தானியம்

மௌனன் யாத்ரிகா

எழுத்து பிரசுரம்

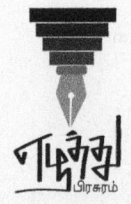

புத்தர் வைத்திருந்த தானியம்
Buddhar Vaiththiruntha Dhaaniyam© Mounan Yathrika
First Edition : January 2019
By Ezutthu Prachuram
(An imprint of Zero Degree Publishing)

ISBN : 978-93-87707-81-8
TITLE NO EP : 34

All rights reserved. No part of this publication may be reproduced, stored in a retrival system, or transmitted, in any form or by any means, electronic, mechanical, photocopying, recording, psychic, or otherwise, without the prior permission of the publishers.

Ezutthu Prachuram
(An imprint of Zero Degree Publishing)
No.55(7), RBlock,
6th Avenue, Anna Nagar
Chennai - 600040

Website: www.zerodegreepublishing.com
E Mail id: zerodegreepublishing@gmail.com
Phone : 98400 65000

Cover Art : Dindugal Tamilpithan
Cover Design : Vetrimozhi Tamildasan

Layout : Vidhya Velayudham

நெல் ஜெயராமனுக்கு...

முன்னுரை

பாழ்பட்ட நிலத்தின் தண்ணீரையும் உணவையும் காற்றையும் உட்கொண்டு பிழைத்திருக்க வேண்டிய நிலைக்குத் தள்ளப்பட்ட உலகின் உதாரண பிரக்ஞை நான். மானுடத்தின் ஆயுளைக் குறைக்கும் இந்த நஞ்சேறிய அத்தியாவசியங்களை யாராவது சுத்தப்படுத்தி என்னிடம் தரமாட்டார்களா என்ற ஏக்கத்தோடு இருக்கிறேன். எனக்குத் தெரியும், யாவருக்குமானது இந்த எண்ணம் என்று. இருந்தாலும், ஏதோவொரு நம்பிக்கையில் அந்த எண்ணம் தேவைப்பட்டுக் கொண்டே இருக்கிறது. யாரோ ஒரு மீட்பன் திடீரென உதித்து இந்த இயற்கையின் மீது படிந்திருக்கும் தூசியைத் தட்டிவிட்டு கையில் கொடுப்பான் என்று உள்ளுணர்வு காத்திருக்கிறது. வாய்ப்போ, சாத்தியமோ ரொம்ப ரொம்பக் குறைவு என்ற எதார்த்தம் புரிந்தாலும், அந்த விருப்பத்தை மனம் விட்டுக் கொடுப்பதாக இல்லை.

இது என்னுடைய தற்போதைய மனநிலை. என்னுடைய பெரும்பாலான கவிதைகளை இந்த மனநிலையின் சஞ்சாரத்தில் இருந்துதான் எழுதிப் பார்த்திருக்கிறேன். இந்த உலகின் சுயநலமிக்க அரசியல், வாழும் எல்லா உயிருக்கும் அச்சத்தைத் தந்ததைத் தவிர வேறொன்றையும் தரவில்லை. மனிதன் பங்கு பெறும் எல்லாவற்றிலும் அரசியல் இருக்கிறது. மக்களுக்கான அரசியலையே ஒரு கலைஞனாக பாட விரும்புகிறேன். ஆனால், அதிகாரத்துக்கான, மக்களுக்கு எதிரான அரசியல்தான் எதிரே துருத்திக் கொண்டு நிற்கிறது. அதைப் பேச வேண்டிய நெருக்கடியான காரணங்களும் எனக்கு இருக்கின்றன. அந்த நெருக்கடியை ஒட்டுமொத்த உலகின் மனநிலையில் இருந்து எழுத வேண்டிய தேவை எழுத்தாளனுக்கு இருக்கிறது. நான்கு புத்தகங்கள் எழுதிய பிறகுதான் எழுத்துக்கு எதிர் அரசியலை முன் வைக்கும் வலிமை இருக்கிறதென்பதை நான் புரிந்து கொண்டேன். அந்தப் புரிதல் இந்தத் தொகுப்பில் வெளிப்பட்டிருக்கிறது என்று நம்புகிறேன்.

உலகம் ஆயிரம் பிரச்சினைகளில் அகப்பட்டுக் கொண்டிருந்தாலும், இன்னோர் உயிரிடம் கொடுக்கவோ அல்லது பெறவோ வைத்திருக்கும் பேரன்பைக் கைவிடவில்லை. இத்தனைக்குப் பிறகும் புதிய செடிகள் முளைப்பதும், புதிய மலர்கள் திறப்பதும் நின்றபாடில்லை. இந்தப் பூவுலகின் மீது தன் இறகுகளைப் போடும் பறவைகள் ஒவ்வொரு நாளும் ஆயிரம் வண்ணங்களோடு பிறந்து கொண்டேதான் இருக்கின்றன. நதிகளையும் ஆறுகளையும் தோண்டித் தோண்டி மணலை அள்ளிக் கொண்டே இருந்தாலும் உள்ளிருக்கும் ஈரம் இன்னும் தீர்ந்து போகவேயில்லை.

இந்த அதிசயம் அத்தனைக்கும் பின்னால் சுரந்து ஊறுவது அன்பு மட்டுமே. அன்பின் ஈரம் எந்தக் கவிஞனையும் விட்டு விலகுவதேயில்லை. அதுதான் அவன் எழுத்தின் பிடிப்பு. அந்த ஈரம் இந்தத் தொகுப்பில் இருக்கும் என்று சொல்வேன்.

எல்லாவற்றுக்கும் மேலாக விமர்சிக்க வாய்ப்பிருக்கும் குறைகளும் இருக்கும். அதையும் சேர்த்து விமர்சியுங்கள் என்பதே என் விருப்பம்.

என் எழுத்து பணிக்கு எப்பொழுதும் உறுதுணையாக இருக்கும் என் துணைவியார் திருமதி கீதாவுக்கு நன்றி.

மிகுந்த அன்போடு பின்னட்டைக் குறிப்புகள் கொடுத்த எழுத்தாளர் பெருமாள் முருகனுக்கும், பேராசிரியர் அ. ராமசாமிக்கும் மிக்க நன்றி.

இந்தத் தொகுப்பை மிகுந்த ப்ரியத்துடன் கொண்டுவரும் ஸீரோ டிகிரி பப்ளிஷிங் திரு ராம்ஜி மற்றும் திருமதி காயத்ரி அவர்களுக்கு நன்றி.

தொகுப்பில் உள்ள கவிதைகளை வெளியிட்ட பத்திரிக்கைகளுக்கும், வாசித்து எதிர்வினை செய்த வாசகர்களுக்கும் நன்றி.

பேரன்புடன்
மௌனன் யாத்ரிகா.

நன்றி

இந்திரன் ~ சாரு நிவேதிதா ~ பெருமாள் முருகன் ~ அ. ராமசாமி ~ வெய்யில் ~ யவனிகா ஸ்ரீராம் ~ ஆதவன் தீட்சண்யா ~ யாழன் ஆதி ~ விஷ்ணுபுரம் சரவணன் ~ பொன்வண்ணன் ~ அய்யப்ப மாதவன் ~ முத்துவேல் ~ கே.என்.செந்தில் ~ அனார் ~ தேன்மொழிதாஸ் ~ கலைச்செல்வி ~ எஸ்.செந்தில்குமார் ~ திண்டுக்கல் தமிழ்ப்பித்தன் ~ பச்சோந்தி ~ தமிழ்தாசன்

பாழுங்கிணற்றின் கதை

எப்போதோ நேர்ந்த கடுங்கோடைக்கு
வற்றிவிட்ட கிணறு அது

உள்ளே இரண்டு கருங்கற்களின் பிளவில் தங்கி
நீந்திக்கொண்டிருந்த ஒரு பாம்பைப் பற்றி
இப்போதுகூட நினைவு வருகிறது
விளிம்பில் துளிர்த்திருந்த சிறு அரசு என்னானதோ
கிணற்று நீரில் தன் நிழல் விழுவதற்குள்
அதன் சிறிய இலைகள் உதிர்ந்து போயிருக்கும்

வனாந்திரங்கள் எங்கிலும்
எண்ணிக்கையற்ற இறகுகள் மிதந்ததை
அதற்கு முன்பு யாரும் பார்த்திருக்க முடியாது
அதுவொரு இரக்கமற்ற வறட்சியின் துயரம்

நெடுந்தூரம் ஓடிவிட்டு திரும்பிய நாய்
அந்த அகாலத்தைப் பார்த்து குரைத்ததை
ஒடுங்கிய கண்களால் கண்டவர்கள்
அதன் நாவில் வழிந்த நீரில்
வறண்ட தொண்டையை
நனைத்துக் கொள்ள விரும்பினர்

இறங்குவதற்கான கற்கள் ஒவ்வொன்றாக உடைந்து
உள்ளேயே விழுந்து கொண்டிருக்கின்றன
கிணற்றை எட்டிப் பார்க்கும் ஆடு மேய்க்கும் சிறுவன்
உள்ளே பூதம் உறங்குவதாகச் சொல்கிறான்
தூர்ந்து கொண்டிருக்கின்ற கிணற்றில்
அவனால் அதைத்தவிர வேறெதைக் காணமுடியும்?

முறைமையில் திரிந்த மருதம்

1

கடும்புனல் வழித்தடம்
காய்ந்த நாணல் காற்றுக்கு அசைகிறது
ஆறும் வழியற்றதாய் இருக்கிறது ஆற்றின் வடு
வறண்ட மலத்துண்டை ஈரப்படுத்தி உண்ணும் நாய்
பாழ் மருத குலக்குறி
நன்செய்யின் அறம் பிழைத்து நாளாயிற்று
ஊழின் கொதிப்புடையது கானல்

2

காய்ந்த சருகைக் கொளுத்திவிட்டுப் போகிறான்
உழவு பொய்த்துப்போனவன்
வேலியில் துவள்கின்றன செறுவிளை மலர்கள்
புகை மிதக்கும் நிலத்தை
பல்லுயிர்க்கு நேர்ந்த துர்க்கனவுகள் சூழ்கின்றன

3

கல் பெயர்ந்த சாலையில் போகும் கூட்டு வண்டிகளில்
லாந்தர் விளக்குகள் அசைகின்றன
அதற்குள் சுடர்கின்ற திரிகள்
கணத்த இருளால் நடுங்குகின்றன
மாட்டின் குளம்புகளில் சிக்கி உடைகின்ற
நத்தைகளின் நாற்றம் காற்றில் கலக்கிறது
பிழைப்பதற்கு செல்பவர்களின் பாடல்
ஊரின் எல்லையைத் தாண்டுகிறது

4
தளம் சிதைந்த திண்ணையில் நெடுநாள்ப் புழுதி
இரட்டைக் கதவின் தாழ்ப்பாளில் ஏறியிருந்தது துரு
அந்த நிர்க்கதி பிராந்தியத்தில் அலைகிறது
பொறுக்கவியலாத நெடி
5
எறும்புக் குழியின் வெளித்துவாரத்தில்
தியானத்தில் இருக்கும் குட்டிப் புத்தனைப்போல்
அமர்ந்திருக்கிறது தேய்ந்த தானியம் ஒன்று
புளித்த நீராகாரத்தில் உப்புக்கல் இட்டு
கரைத்துக் கொண்டிருக்கிறான் சம்சாரி
ஊரில் தனித்தலைகிறது பசி என்னும் சொல்.

(தடம் விகடன்)

நித்ய தனிமை

என் மேசைமீது ரொட்டித்துண்டு இருக்கிறது
பசியால் குடல் வெந்து போயிருந்தபோதும்
அதை உண்ண வேண்டுமென்று தோன்றவில்லை
உள்நாட்டுக் கலவரத்தில் மிஞ்சிய குழந்தையின் உயிர்
தோலாலும் முடியாலும் மூடப்பட்ட மண்டையோட்டில்
திறந்திருந்த கண்களின் வழியே வெளியேறிய பிறகு
அதன் மெலிந்த உடல்
கழுகின் கூரிய அலகால் கிழிக்கப்பட்டபோது
சிதறி வெளியே விழுந்த இரைப்பையைப்
போன்றிருந்தது அந்த ரொட்டித்துண்டு

வாழும் நோக்கம் எதுவுமில்லாத எனக்கு
அதில் எழுதப்பட்டிருக்கும் குழந்தையின் பெயரை
அழாமல் படிக்க முடியவில்லை
என் நித்ய தனிமையில்
யாரோ துணைக்கு வருவதைப்போல் இருக்கிறது

தயவு செய்து வெளியேறுங்கள்
யாருமற்றவனாகவே நான் இருக்க விரும்புகிறேன்
விரிசல் விழுந்த சுவரிலும் துரு அரித்த கதவிலும்
ஒட்டடைப் படிந்திருந்த மின் விசிறியிலும்
பொலிவோடு திரியும் பல்லிகள்

நான் தனிமையில் இருக்கிறேன் என்பதை
நம்ப மறுத்து சத்தமிடுகின்றன

விழுந்து கிடக்கும் நிலையிலும்
புதிய இலைகளைக் காட்டும் உடைந்த தொட்டிச் செடி
மெல்ல நான் இறந்து கொண்டிருக்கிறேன் என்பதை
ஒத்துக்கொள்ளவே இல்லை

மடாலயத்தில் விழுந்த குண்டு சத்தத்தில்
தன் இணையைத் தவறவிட்ட புறா
தொலைவில் தெரியும் புகைமண்டலத்தை
பார்த்தபடியே இருப்பதுபோல்
நானும் என் ஜன்னலின் வழியே
எதையோ வெறித்துக் கொண்டிருக்கிறேன்
ஒரு கல்லறைக்குக் கூட வாய்ப்பில்லாமல்
பிணக்குவியலில் புதைந்துபோன
துர்பாக்கியம் பிடித்த ஒருவனைப்போல்
படுக்கையில் விழுந்து கிடக்கிறேன்

என் மேசை மீது
காய்ந்து கொண்டிருக்கிறது ரொட்டித்துண்டு.

முதல் உடல்

(போரில் சர்வாதிகாரம் வெற்றிப் பெற்றிருந்தது)

காட்சி - 1

எலும்புத்துண்டுக்காக கழுகு காத்திருக்கிறது
அதற்கு சதை கிடைக்காதென்று தெரிந்தபோதும்
இரைக்கான வாய்ப்பு உறுதியென்பதுபோல்
அதன் கண்கள் ஒளிர்கின்றன

அதுவொரு பற்றாக்குறையான காலம்
அதிகாரத்துக்கான போரில்
வாழ்வதற்கான சூழல் குறைந்துவிட்டிருந்தது
சில கணங்களே இருந்தன உடல் ஒன்று சடலமாக
அந்த நிலப்பரப்பில் ரொம்ப துல்லியமாக கேட்பது
இரண்டு இதயங்களின் துடிப்புகள் மட்டுமே
அதில் ஒன்றின் துடிப்பு தேய்ந்து கொண்டிருந்தது
--
கறுத்த தோல் கொண்ட சிறிய உடலின்
அருகில் நிற்கிறது கழுகு
ஒளி நின்ற இரண்டு கண்கள் திறந்திருக்கின்றன
ஒடுங்கிய வயிற்றின் மீது சூரியன் குவிந்திருக்கிறது
திசைகளைக் கவனித்துவிட்டு
அந்த உடலில் ஏறி அமர்கிறது கழுகு
(இரத்தம் தெறிக்குமோ என்று நாம்
விலகி நிற்கத் தேவையில்லை
நெருங்கிப் பார்க்கலாம்)

காட்சி - 2

துருவேறிய பெட்டிகளில் அடைக்கப்பட்டவர்களோடு
சரக்கு ரயில் ஒன்று எங்கோ போகிறது
தண்டவாளங்களுக்கு சற்று தொலைவில்
கொந்தளித்துக் கொண்டிருக்கிறது கடல்
அவர்களுடைய காயங்கள் உப்புக்காற்றுப் பட்டு எரிகின்றன
பசிக்கிறது என்கின்றன குரல்கள்
வேகவைத்த இறைச்சித் துண்டுகளை
உண்ணும் காவலர்களில் ஒருவன்
துப்பாக்கியை அவர்களை நோக்கி நீட்டி லேசாக சிரிக்கிறான்
ஈவற்றவன் பனிக்கால ஓநாய் போலிருப்பான் என்பது
அவனுக்குப் பொருந்தியிருக்கிறது
--
இரண்டு பக்கமும் கோதுமை வயல்கள்
நடுவே போய்க்கொண்டிருக்கிறது ரயில்
தூக்கி வெளியே வீசப்படுகிறது முதல் உடல்.

நாகா

கண்டவுடன் மறைந்து கொள்ளாமல்
தலை தூக்கிப் பார்க்கும் நாகத்தைக் காண்
அதுவோர் அச்சமற்ற எதிர்வினை
எதிரியைக் கண் பார்வையால் அச்சுறுத்தும் தோரணை
அதன் சீற்றம் மற்றும் அலட்சிய அசைவு
பின் வாங்கா நெஞ்சுரம்
நேர் கொள்ளும் திடம்

அடுத்து,
அதனிடம் ஒரு பகைச் செயல் செய்
நஞ்சைத் தலைக்கேற்றி கொத்தத் துரத்தும்
தப்பிப் பிழை
தரையில் கொத்தி சினம் தணிக்கும்
அதை மறைந்து நின்று காண்
ஒரு காட்டு மரத்தின் துவண்ட கொடிபோல்
அது அங்கிருந்து செல்வதை உறுதி செய்தபின்
அவ்விடத்திடம் போ

நீலம் பாரித்த நஞ்சேறிய மண் அள்ளு
உடம்பில் பூசிக்கொண்டு நட
கொழுந்துவிட்டெரியும் அக்னிக்கு முன்
பித்தனைப்போல் ஆடு

தீயின் தழல்களில் உருகும் நஞ்சை
பித்தர்களுக்கும் வேசிகளுக்கும் பருகக் கொடு
அவர்கள் புணர்கையில் காமம் பயில்

அங்கிருந்து வா! கழுகென உருக்கொள்
நீர்த்தாவரத்தின் தண்டைப்போல் நகரும் சர்ப்பத்தை
கூரிய நகங்களைப் பதித்து
தூக்கிக் கொண்டு போய்
தகிக்கும் ஒரு கற்பாறையின் மீது வைத்து
அதன் கண்களை முதலில் கொத்திப் பிடுங்கு

அந்தக் கண்களின் வழியே பார்
சைன்யம் ஒன்று வருவது தெரியும்
அது உன் எதிரியுடையது.

பிசின்

சிறு பூச்சி அகப்பட்டிருந்த பிசின் கண்டு
பத்தர் உறுதியாகச் சொன்னான்:
'குடைந்த மூங்கிலில் அடைக்கப்பட்ட
தேனின் நிறத்திலிருக்கும் இது
நூறாண்டுகளுக்கு முன் பாடமாகியிருக்கலாம்
ஒரு மரகதக்கல்லை விடவும் விலைமதிப்பற்றது'

குரும்பை நீரின் நுரைத்தலில்
கிறங்கி மிதக்கும் வண்டுகள்போல்
கண்களின் வெண்பாவைக்கு நடுவே
மிதந்த கருவிழிகளை அசைத்து
'கொங்கை மேல் தளத்தில்
இதை அணி செய்தால் நலம்' என்றுரைத்தாள்
அவன் காமக் கிழத்தி

அவளது சுண்டு விரலை வாயில் வைத்து சுவைத்தவனுக்கு
பயினி மரத்தின் அபூர்வ குணம் வெறியேற்றியது
'நன் நெடியோடு இருக்கிறாள் இவள்
எப்போதும் நீர்மையில் ஊறிக்கிடக்கும் காட்டைப்போல்
இவளுக்கு வாய்த்துள்ளது உடல்'
பித்தத்தில் பத்தரின் வாய் குழறிற்று

தாட்டிமக்காரியின் பரந்த மார் பரப்பில்
அணியாகிப் பயனுறும் பிசினை கையில் வைத்து
இரவு முழுவதும் தடவிக் கொண்டிருந்தான்
காமத்தின் சுடர் பட்டு பிசின் மிளிர்ந்துக் கொண்டிருந்தது

ஓர் எளிய பொருளை
உயர் மதிப்புடையதாக்கிவிடுகிறது காமம்!

துப்பாக்கியால் கையசைப்பவன்

1.
உன் நிலத்தின் துவாரங்கள் தூர்ந்து போனது
ஒரு துயரமான விதி
வேட்கை மிகுந்த தானியத்தை
மலட்டு விதையாக மாற்றுவதற்கு
நான் எவ்வளவு உரங்களைக்
கொட்ட வேண்டியதாயிற்று தெரியுமா
ஒரு குழும முதலாளியை நட்டப்படுத்தியதற்கு
நீ பதில் சொல்லித்தான் ஆகவேண்டும்
மகத்தான வியர்வையை சிந்தும் தொழிலாளியே.

2.
மலைகளை வைத்துக் கொண்டு
ஒளிந்து விளையாடிக் கொண்டிருக்கும்
என் பூர்வகுடி சகோதரனே
பாறை இடுக்குகளில் இருக்கும் தேனடைகளை விடவும்
ருசியான தாதுக்கள் உள்ளே பூதம் காக்கின்றன
பேரழிவு நேரும் காலத்தில்
சமவெளிக்கு இறங்கிப் போய்
உயிர்ப் பிழைத்துக் கொள்ளும் விலங்குகளை நீ
முன் மாதிரியாக எடுத்துக் கொள்
துப்பாக்கியால் உனக்கு டாட்டா காட்ட விரும்புகிறோம்.

முன் வைகறையின் மென்புல இசை

திறந்த ஆம்பலின் தண்டில்
நடனம் துவங்கும் முன் வைகறை
செம்போத்தின் குரல் மென்புல இசை
கொட்டிச் செடியின் பூவிலிருந்து
தாதுக்களைக் கவர்ந்து கொண்டிருக்கும் வண்டுகளை
நீர்த்தெளித்து விரட்டுகின்றன சிற்றலைகள்
மடிச்சுமைத் தாளாது தன் கன்றைப்
பாலுண்ண எழுப்புகிறது பசு
இத்தனைக்கும் மத்தியில் உறக்கம் கூடாத நானும்

என் காமம் ஒப்பற்றது
தனியாய் ஒரேயொரு நாகணவாய்ப் புள்ளை
எந்நிலத்திலேனும் நீ கண்டதுண்டா?
என் வாதைக்குரிய நிலை நீ உவந்தளித்த கசப்பு
வேம்பின் எண்ணெயை உடல் முழுவதும் பூசி
சிறு பூச்சிக்கும் இனித்துவிடக் கூடாதென
மிகத் துல்லியமாய்க் காமம் வளர்க்கிறேன்

நாகம் தலைகீழாக இறங்கும் பனையாக
இருள் திரண்டு நிற்கிறது
பிளந்த மாதுளையின் தேன் பரல்கள்
தானே நசுங்கிக் கசிகின்றன
என் உடலின் காட்டுத்தனம்
எனக்கிருப்பவை தனங்களில்லை திமில்களோ என
ஐயமுறச் செய்கின்றது

முயலுக்கு வலைக் கட்டுவதை விடுத்து
ஊர் திரும்புக தலைவா

என்னால் நாய்க்குட்டியை
தடவிக்கொடுத்து வளர்ப்பதைப்போல்
ஓநாயை வளர்க்க முடியவில்லை
அது குழி தோண்டி பதுங்குகிறது
அதற்கொரு பனிமானைக் கவர்ந்து விரைந்து வா!

அடைகளைக் கிளையில் விட்டுவிட்டு
ஈக்களே முழு தேனையும் அருந்தும் நாளில்
நான் தனித்துவிடப்பட்டிருக்கிறேன்.

வரலாற்றுப் புகழ் மிக்க உடும்பு

“முரட்டுக் கொடிகள் சுற்றிக் கொண்ட
காய்ந்த மரத்துண்டைப்போல் உறுதியான வால்
நீலப் பறவைப் பதுங்கும் வங்கில்
நுழைவதைப் பார்த்தேன்

பச்சைக் காடுகள் விதைக்கப்பட்ட உடும்பின் கண்களை
அது எட்டிப் பார்க்கும்போது காண வேண்டும்
அகவன் மகனே!
உன் உண்டி வில்லை சுருட்டி வை”

“எலே மலைராசா...
நாட்டுக்குள் போய் வந்த காட்டாளா
முட்டைகள் நொறுங்கும் சத்தம் கேட்கிறது பார்
இந்நேரம் அதன் பிளந்த நாவின் நுனியில்
பச்சை அண்டத்தின் ருசி வழியும்
இன்று நம் அட்டிலில்
கூடுதல் மிளகை அரைப்பாள் நம் கிழத்தி’’

“எச்சிலூறும் அந்த நத்தையை
ஓட்டுக்குள் கொஞ்சம் இழுக்கிறாயா?
காட்டின் சகல இடங்களுக்கும் போகும்
ஒரு முதிர்ந்த விலங்கின் கண்களில்
நமக்கு முந்தைய தலைமுறையின்
பாதத் தடங்கள் நிச்சயம் இருக்கும்
எனக்கதைக் காட்டு சிறுமலை நாடா’’

“என் ஈட்டியின் கூர்முனையால்
அதன் கழுத்துச்சதை அறுந்தால்

இரண்டு கண்களையும் பிடுங்கி
உன்னிடம் தந்துவிடுகிறேன்
அதற்குள் ஆயிரம் தடங்களாவது இருக்கும்"

"இறந்த கண்கள் வேண்டாம்
உயிருடன் பிடிப்போம்
இந்தக் காட்டில் நம் வரலாறு மறைந்துள்ளது
முந்நூறாண்டுகள் வாழ்ந்த ஓர் உடும்புக்கு
நம் சரித்திரம் தெரியும்

சரித்திரத்தைத் தெரிந்து கொள் எந்தையே
உன் ஈட்டியைப் பிடுங்கிக் கொண்டு
ஜல்லி அள்ளும் கருவியை
உனக்குக் கொடுக்கப் போகிறார்கள்"

வரலாற்றுப் புகழ் மிக்க உடும்பு
அவர்களையே பார்த்துக் கொண்டிருந்தது.

(தடம் விகடன்)

அமானுஷ்யம்

குதிரையில் சாமி வந்ததாய்
ஊர் நம்பிக்கொண்டிருந்த இரவில்
தைல இலைகள் உதிரும் தோப்பிலிருந்து
வெளிப்பட்ட அமானுஷ்யம் ஒன்றை
தனியாய் வேட்டையாடித் தீர்த்தேன்

நாய்கள் காட்டைப் பார்த்துக் குரைத்தன
தீய ஆவிகளை உற்றறியும் குறிசொல்பவன்
அந்தத் திக்கிலிருந்து கேட்ட பறவைகளின் குரல்களை
ஊருக்கு நேரவிருக்கும் தீங்கின் அச்சுறுத்தலாக
உடுக்கை அடித்து அறிவித்தான்

கதவை இறுக சாத்திக்கொண்டு
உறங்கிப் போயிருந்த சம்சாரிகள்
அன்றிரவு துர்க்கனவுகள் வந்ததாகக் கூறிக்கொண்டனர்
மறுநாள் பகலில் அவ்வூருக்கு வந்த சந்யாசி ஒருவன்
ஊரில் ஓநாயின் காலடித்தடம் விழுந்திருப்பதை
ஊரார்க்குக் கூறிவிட்டு
பாழடைந்த கோயிலில் போய் படுத்துக்கொண்டு அரற்றினான்

வீட்டுக் கூரையில் காகம் கரைந்ததை
அபசகுணமாய் உணர்ந்த முதிய பெண்ணொருத்தி
ருதுவாகி குச்சிக்குள்ளிருந்த தன் வீட்டு யுவதிக்கு
அவசர அவசரமாக தீட்டுக் கழித்து
உள்ளழைத்துக் கொண்டாள்

வெயில் கொளுத்திய அப்பகல்
மெல்ல இருட்டத் தொடங்கி
இருள் ஊரைக் கவ்விக்கொண்டபோது
ஊரின் ஒரு வீட்டிலிருந்து
அமானுஷ்யம் ஒன்று ஊளையிட்டபடி எழுந்தது.

ஆளில்லா ரயில்வே கிராஸிங்

இந்த ரயில் பாதையில் கடைசியாகச் செல்ல வேண்டிய
கூட்ஸ் வண்டியும் போய்விட்டது
இரவு இப்படி சட்டென தனிமையில் விட்டுவிடுமென்று
நான் நினைக்கவில்லை

ஒருபோதும் ரயில் நின்று செல்லாத ஊரில்
அதனைப் பார்த்தும் சத்தத்தைக் கேட்டும்
பயண அனுபவத்தை எட்டிக் கொண்டிருக்கும் என்னை
இந்த அகால இரவிலிருந்து வெளியே வருமாறு
யாரும் அழைக்கப் போவதில்லை

நான் என் அருகாமையைப் பாதுகாப்பாக உணர்ந்த
யாவரையும் இழந்துவிட்ட நிர்க்கதியோன்
இருள் கன்னங்கறுத்த பிறகும் கூட
எனக்கு உறக்கம் வாய்க்காது
இவ்வாறு அடர்ந்த இரவுக்குத் துணையாய்
எப்போதேனும் இப்பாதையைக் கடக்கும்
பறவைகளை நினைத்துக் கொண்டிருக்கிறேன்

ஆளற்ற ரயில்வே கிராஸிங்கில்
மேல் நோக்கி நிமிர்த்தப்பட்ட இரும்புக் கிராதி
இருளில் தனியே நின்று கொண்டிருப்பது
என் துயரை அதிகப்படுத்துகிறது

ஜல்லிக் கற்களை மிதித்துக்கொண்டு
யாரோ போவதுபோல் இருக்கிறது
யாரது? என் வாழ்விலிருந்து நிரந்தரமாய்
பிரிந்து சென்றவர்களின் ஆன்மாவாக இருக்குமோ?

தண்டவாளத்தைப் பரிசோதித்து செல்பவன்
தளர்வுற்ற இரும்பினைக்
கணத்த சுத்தியலால் அடிக்கும்போது எழும் சத்தம்
இப்போது என் இதயத்தில் கேட்கிறது.

பிஸ்டல்

ஒரு பிஸ்டல் வைத்துக்கொள்ளும் அளவுக்கு
எனக்கு எதிரிகள் அதிகமாகிவிட்டார்கள்
ஒரு காலத்தில் அவர்கள்
எனது நெருக்கமான நண்பர்கள்

நாங்கள் எதற்காக எப்போது எந்தச் சூழலில்
பகை வளர்த்துக் கொண்டோம் என்றால்
உடல் முறுக்கேறிய வயதில் பாலுணர்வு தூண்டப்பட்டபோது
அப்போது நாங்கள் சிவப்பு விளக்குப் பகுதிக்கு
நிரந்தர வாடிக்கையாளர்களாக இருந்தோம்
எப்போதும் பெண்களைப் பற்றியே பேசிக்கொண்டிருப்போம்

எங்களுடைய சக வாடிக்கையாளன் ஒருவனின்
அறிமுகம் கிடைத்தபோது
நாங்கள் சந்தித்த ஒருவன்
அரசியல்வாதிகளுக்கு அடியாள் அனுப்புபவனாக இருந்தான்
அவனுடன் கூட்டு சேர்ந்த பிறகு
எங்கள் கைகளுக்கு வீச்சரிவாள்கள் கொடுக்கப்பட்டன

நாங்கள் சரியாக ஆறு கொலைகளைச் செய்தோம்
கொலை செய்யப்பட்டவர்களின் உடலில்
எங்கள் அத்தனைப் பேரின்
அரிவாள் வெட்டும் விழுந்திருந்தது

மிகப்பெரிய பகையொன்றைத் தீர்க்க
ஒரு சிறுமியைப் பலவந்தப்படுத்திய ஒருவனிடம்
கைக்கூலியாக இருந்ததன் பிறகு
அக்கூட்டத்திலிருந்து பிரிந்து வந்து
ஒரு கள்ளக்கடத்தலை ஏற்றுக்கொண்டேன்

இந்நகரத்தில் எனக்கென்று உருவான செல்வாக்கை
பொறுக்க முடியாத சகாக்களில் ஒருவன்
ஒரு மதுவிடுதியில் வைத்து
என்னை நோக்கி தோட்டாவைச் செலுத்தினான்

இமைக்கும் நேரத்தில் உயிர் தப்பிய நான்
ஒரு தோட்டாவை அவனுக்காக செலவு செய்தேன்
இப்போது எல்லா திசையிலும்
என்னைக் குறி பார்க்கும் துப்பாக்கிகள்.

காமம் கடும் விடம்

தனிமை வாய்த்த மன்றம்
ஒரு பனம்பழத்தைப்போல் நாறும் இளமை
நான் காமுற்றிருக்கிறேன் என்பது பொய்யில்லை
சருகலம் மொத்தமும் சபலம்
தோல் சதை நரம்பு எலும்பு நிணம் குருதி
உடலின் அனைத்து அடுக்கிலும் உளமுற்ற தீ

அகப்பட்டக் குருவியின் துடிப்பும் கொதிப்பும் கொங்கைகளில்
மல்லி விதைகளின் நெடியூறிய காமம் என் எலும்பில்
அதைச் செவ்வித் தளைப்படுத்த வேண்டுகிறேன்
தொட்டால் சுருண்டு கொள்ளும் அட்டையைப்போல்
சுழிப்படைந்திருக்கும் உந்தியின் கணச்சூடு
முத்தெண்ணெய் தேய்த்தும் தணியவில்லை
தோகையில் நீலமேறி துடிக்கிறது மயில்
காமம் கடும் விடம்

வேய் துளைக்கும் வண்டு
இந்நேரம் எத்தனைக் கணுக்களைக்
குடைந்து போய்க்கொண்டிருக்கிறதோ அறியேன்
மாபெரும் மூங்கில் போத்துகள் இருக்கும் வளநாடன் அவன்
ஒரு மரம் சத்தமிட்டு முறிவது எதனாலென்பதை அறிவான்
காய்ந்துவிட்டதோ எனத் தோன்றும்
வெட்டி நடப்பட்ட முருங்கையின் கணுவில்
லேசாய்ச் சுரண்டி 'இது பிழைத்துவிடும்'
என்றுரைக்கும் நேயம்
அற்றுவிட்டவனைப்போல் இருக்கிறான்

தனிப்பெரும் கருணையுள்ளோரே
நீங்களே சொல்லுங்கள் அவனிடம்
பாவம் இச்சிறு கோடென்று.

பிக்குவின் ஆடு

இசையை நிரப்பிக்கொண்டு
அறையில் இருக்கும் புத்தர் சிலையையே
பார்த்துக் கொண்டிருக்கிறேன்
நினைவில் தாவிச்செல்கிறது காலம்

நான் ஒரு சமவெளியில் ஆடு மேய்க்கிறேன்
படுத்துக்கொண்டு வானம் நோக்குகிறேன்
உலர் பருவ காலத்தின் மித வெப்பம்
காற்றின் ஈரத்தில் கை வைக்கவில்லை
ஆலம் விழுது பூமியைத் தொட அசைவதைப்போல்
மனம் பேரமைதியைத் தொட அசைகிறது

மேய்ச்சல் கவனித்தில் லயித்திருக்கும்
மறிகளின் காம்புகள் தாவரங்களை உரசுகின்றன
சமவெளியின் நெடும்பரப்பெங்கும் வசந்தம் பரவுகிறது
சற்று தள்ளி வந்தமர்ந்த பச்சைக் கிளிகள்
நிலத்தின் ஒரு துண்டுப்பகுதி மேலெழும்புவதைப்போல்
எழுந்து பறக்கின்றன

அண்மையில் ஈன்ற ஆட்டுக்கு கிறங்கிய கண்கள்
அதன் இரண்டு சுவை மிக்க காம்புகளிடம்
நான் தாகத்தோடு குனிகிறேன்
கருஞ்சிவப்பு மடியில் பாலூறும் சத்தம் கேட்கிறது
காம்பை வாய்க்குள் சுவைப்பதற்கு முன்
நாவால் வருடுகிறேன்
அதன் துவாரங்கள் மலர்கின்றன

புத்தர் சிலையையே பார்த்துக் கொண்டிருக்கிறேன்
அறையில் நிரம்பிய இசையை காலம் பருகிவிட்டிருந்தது
நினைவில் தளும்புகிறது அமைதி.

நீரினும் இனிய சாயல்

ஆவாரை செம்பருத்தி உசிலம்பட்டை
மஞ்சள் கிழங்கு சீயக்காய் பட்டை
சேகரித்து உலர்த்தி அரைத்து
நீயே தயாரித்த சீயக்காய்த்தூளை
ஒரு கிண்ணத்தில் குழைத்து எடுத்துக்கொண்டு
குளிக்கப் போனாய்

நீ தலைக்கு எண்ணெய் வைத்துக் கொள்ளும்
விடுமுறை நாட்கள் மிகவும் அழகானவை
சீவப்பட்ட பெரிய இளநீர் போன்றிருந்தது குளம்
பூசணிப்பூவைப் பொடிசெய்து தூவியதைப்போல்
குளத்தில் இறைந்திருந்தது வெய்யில்

படித்துறையின் கடைசிக் கல்லில் தளும்பிக் கிடந்த நீரில்
பாதங்கள் வைத்ததும் கண்மூடி சிணுங்கினாய்
கொலுசைக் கடித்துவிட்டு ஓடிய மீன்குஞ்சுகள்
சுவைப் பிடித்துப்போய் மீண்டும்
உன் பாதங்களைக் கொஞ்சின

கரையில் நின்றிருந்த மரத்திலிருந்து
நீரில் விழுந்தன இசைத்தட்டுகள்
அவற்றில் பதிவாயின உன் சிணுங்கல்கள்
மார்புக்குழியில் முடிச்சு விழுந்த ஆடை
நீரில் மூழ்கும் வரையான
உன் மெய்ப்பாடுகள் பின்வருவன:
பல் நெறித்து ஈறுறிஞ்சினாய், இதழ் கடித்தாய்,
உடல் முறித்தாய், கண்களை அழுத்தி மூடினாய்,
காதுகளைப் பொத்தினாய்,பிதற்றினாய், குழறினாய்...

நீ முங்கி எழுந்தபோது பரவிய எண்ணெய்ப் பிசுக்குகளை
அலைகள் குளமெங்கும் அழைத்துப் போயின
படிக்கல்லில் உட்கார்ந்து கூந்தலை மார்பில் கிடத்தி
சீயக்காய்த் தேய்த்தாய்
நீரினும் இனிய உன் சாயலில் கிறங்கி
தன்னுள் வேர்விட அனுமதித்திருந்த எல்லா தாவரங்களையும்
அன்றைய அந்திக்குள் பூக்கப் பரிந்துரைத்தது குளம்.

நெல்மணி

(விவசாயக் கூலித் தொழிலாளர்கள் சிகப்புக் கொடியை ஏந்தி நிற்கின்றனர்)

காட்சி - 1

நெல் வயல் மிதிபடுகிறது
நடு வயலுக்குள் அவர்கள் இறங்கி நிற்கின்றனர்
விளைந்த நெற்கதிர்கள் அவர்களின் பாதங்களை
குனிந்து வணங்கிக் கொண்டிருக்கின்றன
இவர்களின் வியர்வைத் துளிகளை
உண்டு வளர்ந்த நன்றியுணர்வு
ஒவ்வொரு நெல்லிலும் தெரிகிறது
--
'ஒரே ஒரு நெல் கூட உயர்த்தித் தரமுடியாது
கூலி உயர்வு கேட்பது சாதி உயர்வு கேட்பது போலுள்ளது
பண்ணைக்கு விசுவாசமான அடிமைகளின்
நடு நரம்பில் சுயமரியாதையைப் பிணைத்துக் கட்டியவன்
கொல்லப்பட வேண்டும்'
வன்மம் பெருகிய குரல் ஒலிக்கிறது
ஒரு ட்ராக்டர் நிறைய கூலிப்படைகள் வந்து இறங்குகிறார்கள்
மின்சாரக் கம்பிகளில் அமர்ந்திருந்த குருவிகள்
மரங்களுக்குள் பதுங்குகின்றன
--
நெற்கதிர்களை தடவிக் கொடுப்பவனின் கைகள் நடுங்குகின்றன
'நம் வாஞ்சைக்குப் பணிகின்ற நிலம்
நம் வேர்வைக்கு விளைகின்ற வயல்'
அவனது வாய் முனகும் பாடல் பாதியில் ஒடிகிறது
அவனால் கண்ணீரைக் கட்டுப்படுத்த முடியவில்லை

தூரத்தில் தெரியும் குடிசைகள்
இன்று இரவு எரியப் போகின்றன என்பதும்
அதற்கான நெருப்பு இந்த வயலைப்போல்
மஞ்சளாக இருக்கும் என்பதும் அறியாதவர்கள்
கைகளை இறுக்கமாக கட்டிக்கொள்கின்றனர்
முதல் கல் அவர்கள் மீது விழுகிறது

காட்சி - 2

மனித உடல்கள் கருகிய குடிசையிலிருந்து
புகை மேலெழும்பிக் கொண்டிருந்தது

நஞ்சு விதை

மரம் கருகிடுமொரு பொய் சொன்னாள் குமாரத்தி
மேடிட்டிருந்த அடிவயிற்றின் துடிப்பைக் கண்ட தெரிவை
சருகுதிர்த்த பூவரசை அச்சத்தோடுப் பார்த்து
'உன் மசக்கையின் வாசனைப் பரவி
நஞ்சின் பச்சையை இக்கிளைகள்
பெற்றிடுமோ என ஐயுறுகிறேனடி' என்றாள்

பெருந்திணைக் காமத்தால் உண்ணப்பட்ட
குமாரத்தியின் உடல் கீரைத்தண்டைப்போல் துவண்டிருந்தது

பூப்பு நின்றதுகூட தெரியாமல்
கழுத்தில் படர்ந்த தேமலின் நிறத்தில்
கள்ளிப் பழங்கள் விளையும் கரிசலில்
ஒரு காடையைப்போல் இருந்தவளின்
இரத்தக் கோடுகள் அழிந்த விழிகளை
ஏரெடுத்துக் காணவியலாது மருகினாள் பேரிளம்பெண்

பத்தாயத்தில் புகுந்த கீரி
வெடையைக் கவ்விச் சென்றதை
அறியாத தாய்ப்பெட்டையைக் காட்டிலும்
மூடப்பெண்ணாய் தான் இருந்திருக்கிறோம் என்பதை
எண்ண எண்ண தீப்பிடித்து எரிந்தது ஈன்ற மடி

'அந்த நஞ்சு விதையை துப்பிடு மகளே' என்றாள் தாய்
'உள்ளிருப்பது பாம்பின் தலைப்பிரட்டை அம்மா
அதைக் கொல்ல வேண்டும்' என்றாள் தெரிவை
'உள்ளேயே கொன்று என் கருப்பையைப்
பாடையாக்க வேண்டுமா?' என்றாள் பேதை

நிர்க்கதியில் விடப்படும் பெண்கள்
கட்டிக்கொண்டு அழுவதைப்போல்
கொடுந்துயரக் காட்சி உலகில்
வேறு இருக்குமா என்று தெரியவில்லை
சூழல் முற்றிலும் நனைந்திருந்தது.

மலையைப் பிரிந்து வராதவர்

சமவெளியைப்போல் குன்றும் பொசுங்கும் கோடை
புலிக்கொன்றை மரத்தில் மட்டும் பூக்கள் இருந்தன
வெயில் அம் மரத்தில் ரஸவாதம் புரிந்திருந்தது
சிறு பாறையிடுக்கில் தலை காட்டும்
யானைக்காது செடியைக் காணவில்லை
இலைகளை உதிர்த்துவிட்டு
உறக்க நிலைக்குப் போய்விடும் மாதமும் இல்லை
ஆயினும் அது தென்படவில்லை

வண்டுகள் குழறும் ஓசை
பள்ளத்தாக்கில் கேட்பது போலிருந்தது
மலையை விரக்தியோடு பார்த்தார் அப்பா
'இங்கிருக்கும் உயரமான மரங்களில்
இரவில் தங்கும் பறவைகள்
நிம்மதி இழக்கச் செய்யும் குரலில் பாடுகின்றன
இங்கிருந்து போய்விடு மகளே!
நீ அந்தப் பாடலைக் கேட்க வேண்டாம்'
என்றார் கடைசியாக

வரையாட்டின் கொம்பைப் போல் வளைந்த கால்களால்
மலையின் சரிவுகளில் அவரால் நடக்க முடியாத போதும்
அவர் தன் வியர்வையை மலையில் இறைத்து வந்தார்
அவருக்கு ஒரு நம்பிக்கை
தன் கண்ணீர்த் துளியின் மூலமோ
வியர்வைத் துளியின் மூலமோ
இம் மலையில் மகரந்த சேர்க்கை நடைபெறும்
இழந்த தாவரங்கள் மீண்டும் கிடைத்துவிடும் என்று

அப்பா இப்போது போய்விட்டார்
நான் இம் மலையில் தங்கி
அப்படியான செடிகளையும் மரங்களையும்
தேடிப் பார்க்க பிரயத்தனம் கொள்கிறேன்

ஆனால், என்னால் இயலுமா?
அப்பா இல்லாத குன்றில்
பாரி மகளிராலேயே அழாமல் இருக்க முடியவில்லையே
நான் கதறுவேனே என்ன செய்வது
அப்பா... அப்பா... அப்பா...

-தேன்மொழிதாஸுக்கு

யாழ்

ஆற்றுப்படுத்த யாரும் வரவில்லை
யாழை தலைக்கு வைத்துப் படுத்திருக்கிறான் பாணன்
தோய்ந்திருக்கும் அவன் வயிற்றுச் சுருக்கங்களில்
உடைந்த குறு தானியத்தை எடுத்துக்கொண்டு
ஏறுகிறது சிறிய எறும்பு

குடிலின் உள் பகுதியில்
பூனையின் மலம் நாறுகிறது

"பூனைக்கு கதகதப்பு தேவைப்படும்
அடுப்பிலிருந்து சாம்பலை அள்ள வேண்டாம்
உலை வைப்பதற்கு கொஞ்சம் தானியம் கிடைக்கும் வரை
நம் சிறுபாணர்கள் யாழ் கற்றுக் கொள்ளட்டும்"

"கேழ்வரகு உணவைப் பிசைவதைப் போல்
இதமாக மீட்ட வேண்டும் யாழை
நரம்புகள் அறுந்து விடுவதுபோல் அழுத்தாதீர்கள்
அதுவும் பிய்ந்து விட்டால்
கலைப் படைப்பில் மயங்கியிருப்பவன்
பசி உறக்கம் அனைத்தும் மறந்து விடுவான்
என்ற பெயருக்குள் பதுங்க முடியாது"

"குப்பைகளில் கீரைகளே முளைப்பதில்லை
காளான்களும் உண்ணத் தக்கவையாக இல்லை
தானியங்களை வைத்திருப்பவர்கள்
ரசிக்கும் ஞானத்தை இழந்து விட்டார்கள்
யாழொடு அவர்களின் வாசலில் போய்

நின்று தொலைக்காதே பாணா
பாடத் தெரிந்திருப்பதற்கு பதில்
மண் வெட்டக் கற்றிருக்கலாம் என்ற குரல்
உயிரை அறுத்துக் கொன்று விடும்"

"இவர்களின் மாமிசத் துண்டுகளை
மகிழ்ச்சியாக வைத்திருக்கும் நமக்கு
ஏர் பிடிக்கத் தெரியாமலா போகும்
தேவையான நிலத்தை அடைத்து நாமும் வேலி போடுவோம்
இந்த நிலக்கிழான்கள் அமைதி இழந்து உறக்கம் தொலைக்கட்டும்"
--
தானிய மூட்டைகளுக்கு இடைஞ்சலாக இருக்கும்
யாழைப் பிளந்து காய வைத்துக் கொண்டிருக்கிறான் பாணன்
இரவில் வெகுநேரம் உறக்கம் வரவில்லை என்று
அவனிடம் வந்து புலம்பிக் கொண்டிருக்கிறான்
பெருநிலக்கிழவன் ஒருவன்.

பனிக்காற்று மிக மோசமானது

தீப்படித்த அபின் காடுகளைக்
கடந்து வந்ததைப் போலிருந்தாள் அன்னா
உதிர்காலத்தில் மிதக்கும் பைன் மரத்தின் இலையைப்போல்
அவளது அறையில் நிலைகொள்ளாமல் தவித்தாள்

பீட்டர்ஸ்பெர்க் நகரத்திற்குள்
அவளுடன் நுழைந்த பனிக்காற்று
உன்மத்தம் பிடித்து வீசிக்கொண்டிருந்தது
உறைந்துபோகுமளவிற்கு குளிர்
வீட்டிற்குள் நிரம்பிக் கொள்கிறது

அன்னாவின் கணவன் ஊற்றி வைத்த விஸ்கியைப்போல்
வீட்டை வெப்பமுறச் செய்தது
அவள் பருகிக்கொண்டிருந்த காமம்
ஜன்னல் வழியாகத் தெரிந்த பீட்டர்ஸ்பெர்க்கின் இரவுக்கு
காதலால் வாதையுறுபவர்களின் தனிமையொன்றும்
புதிதல்ல என்று ஏதேதோ உளறினாள் அன்னா

உந்தியைச் சுற்றி கோடுகளிருந்த அடிவயிற்றில்
தன் ருது காலத்தில் உண்டான மிதமானச் சூடு
இத்தனைக் காலத்திற்குப் பின் பரவியதை
பதின் வயது வேட்கையுடன் அனுபவித்தாள்
இரவின் கடுமையான குளிரிலும் காதல் அவளுக்குள்
கணப்படுப்பைப்போல் எரிந்துக் கொண்டிருந்தது

அன்னாவை ஈர விறகாய் மாற்றி
அடுப்பில் வைத்துப் புகையவிட்டுக் கொண்டிருந்தது காதல்
பீட்டர்ஸ்பெர்க் நகரம் எப்போதும்போல்
மிக எளிமையான இதயத்தை துன்பத்தில் கிடத்தும்
வெண்ணிற இரவுகளால் தளும்பிக் கொண்டிருந்தது

(அன்னா கரீனினா – டால்ஸ்டாய்)

இனிப்பு பீடா

லாரி ட்யூப்களில் சாராயம் நிரப்பி
மறைத்து எடுத்து வந்து விற்றுக் கொண்டிருந்த வேம்பன்
தொண்டை எரியும் மோசமானதொரு பிராந்திக்கு மாறி
ஒரு குடிகாரனாக தெருவில் விழுந்து கிடக்கிறான்

சாராய வியாபாரி என்னும் மிடுக்கு
என்று குறைந்ததோ அன்றே
அவனிடமிருந்து பிய்த்துக்கொண்டாள்
அவன் தொடுப்பிலிருந்த ஆட்டக்காரி

பார் எடுத்து நடத்தும் பெரிய கைக்கு
வெத்தலை மடித்துக் கொடுக்கும் அவள்
இப்போதெல்லாம் வீதியில் பொலிச்சென்று துப்பும் எச்சில்
நன்கு சிவந்ததாக இருக்கிறது

கவர்ச்சி மிகுந்த அவள் கண்களில்
ஒரு பொலிவான கிறக்கமும் கூடியிருக்கிறது
ஸ்வீட் பீடாவோடு சூப்பர் பாக்கை கொட்டி
மென்று குதப்பும் அவளது சிவந்த வாய்க்குள்
பழுத்து கனிந்திருக்கும் நாக்கின் சுவை எப்படியிருக்குமென்று
சத்தியமாக வேம்பனுக்குத் தெரிய வாய்ப்பில்லை
குமட்டில் ஒதுக்கிய புகையிலையை
வாசலில் உமிழ்ந்து வைக்கும்
ஒருத்தியைத்தான் அவனறிவான்

அற்புதமான இனிப்பு பீடாவாக
அவள் மாறிவிட்ட பிறகும்
வாசலில் காய்ந்து கிடக்கும் புகையிலை மணத்துக்கு
மருகித் துவள்கிறான் இப்போதும் அவன்
சூப்பர் பாக்கை வாயில் கொட்டி
மென்று கொண்டிருப்பாள் இந்நேரம் அவள்.

தாய் தின்ற மண்

நிலம் அம்மையின் அண்டப்பை
கருக்கொள்வதும் ஈனுவதும் தாய்க்குணம்
பெருநிலம் முழுக்க அவளின் தடமிருந்தது

கெட்ட காலம் வந்தது
எங்கள் தாய் பசியில் மடிந்தாள்
குழந்தைகளும் கூட அப்படித்தான் மடிந்தார்கள்
அது மிக போறாத காலம்
நிலத்தை எங்களிடமிருந்து பிடுங்கிக் கொண்டார்கள்
நாங்கள் பசியைப் பற்றியும் விடுதலையைப் பற்றியும்
மிக ரகசியமாகப் பாடல் புனைந்தோம்
மறைந்து மறைந்து பாடினோம்

எங்கள் பெண்களின் மாண்பை
விரைத்த குறிகளால் குறைத்தார்கள்
இது நெடுங்காலக் கதை
ஒருநாள் குறி இழந்த ஒருவனின் உடல் இடுகாட்டில் எரிந்தது
எங்களைப் போலவே அவர்களும்
அச்சத்தில் உறைந்திருப்பதை அறிந்தோம்

வீரன் குடல் சரிக்கப்பட்டான்
உழவுக் கருவிகளோடு கொலைக்கருவிகளையும் வைத்து
நாங்கள் வணங்கத் தொடங்கினோம்
எங்கள் கால் படாமல் வளத் திணைகள் பாலையாகின
பூச்சிகள் இப்போது ஊரின் எல்லைத்தாண்டி கத்துகின்றன.

மெய் துவளும் இளங்குருகு

நீரற்ற குளத்தின் வண்டல் மண்ணும்
அதில் உறைந்து சிலையாகிவிட்டதைப்போல் நின்றிருக்கும்
குருகையும்போல் நாம் கலந்திருந்தோம்
உயிர்கள் வாட்டமுறும் கோடையில்
கருவேலத்தின் அடி மரத்தை மறைக்குமளவு
நீரைக் கொட்டும் முகில் திரளுமென்று நமக்குத் தெரியாது

வேறு நிலம் வேறு மண் வேறு நிறம்
இருப்பதை அறியாது பெருக்கெடுத்த வெள்ளம்
வம்பர மரங்கள் விளைந்திருக்கும் நிலத்திலிருந்து
செந்நீரைப் புரட்டிக்கொண்டு வந்து
நம் நீர்ப்பிடிப்புப் பகுதியை நிரப்பிற்று

ஈரம் ஊறிய குளத்திலிருந்து
வெளியேறி மிதந்தன நீர்மொறாக்களின் ஓடுகள்
தாகத்தில் சாகும் மீனின் வாயைப்போல் திறந்திருந்த அதனுள்
நிறத்திலும் வடிவத்திலும் நாக்கின் கீழ்ப்பகுதியைப்போல்
ஓர் உயிர்த்துண்டு இருந்தது பற்றி விசனமுறும் பெண்ணே!

மெய் துவளும் என் இளங்குருகே!
நிறம் மாறி நிறைந்திருக்கும் நீரைக் கண்டு பித்துறாதே
உள்ளே குழைந்துக் கிடக்கும் மண்
என்றென்றைக்கும் வண்டல்தான்

கதவில்லாத வீடு

கதவில்லாமல் வீடிருப்பது எத்தனை வசதியானது
நான் உள்ளே நுழையும்போதெல்லாம்
நாயோ பூனையோ எதுவோ
வெளியே ஓடி வருவதைக் காண்கையில்
ஆதரவானவர் யாருமில்லை என்னும் என் மனக்குறை
அப்படியே பனிபோல் கறைந்து போகிறது

ஒரு காய்ந்த இலையைப்போல்
உயிரை உதிர்த்துவிட்டால் தேவலாம் என்று நினைத்திருந்தேன்
ஏனெனில் அது அத்தனைப் பாரமாக இருந்தது
அந்தப் பாரத்தை இலகுவாக்கி
நான் மட்டும் படுத்து எழும் வீட்டின்
மயான தோற்றத்தை உருக்குலைத்து
உயிர் வாசனையை அதில் நிரப்பிவிட்டு ஓடிய
ஓர் ஆட்டு மந்தைதான்
நினைவை அசை போட்டுக்கொண்டே
வாழ்ந்துவிடலாம் என்பதைக் கற்றுத் தந்தது

கதவில்லாமல் வீடிருப்பது எத்தனை ஆதூரமானது
நான் இல்லாதபோது வந்து தங்கிச் செல்லும்
யாரோ ஒரு திருடர்
என் இருப்பை உறுதிப் படுத்துகிறார்
எங்கோ நான் உயிரோடிருக்கிறேன்
எப்போது வேண்டுமானாலும் திரும்பி வந்துவிடுவேன்
என்று அவர் நினைப்பார் அல்லவா
அந்த நினைவு என்னைப் பாதுகாப்பதாக உணர்கிறேன்

இதற்கு முன்பு
கதவிருந்த வீட்டில் இந்த உணர்வு
ஒருபோதும் இருந்ததில்லை.

வெயிலோடு

காது விடைக்க ஓடி வந்த முயலை
அத்துவானத்தில் மறித்துப் பிடித்து
அனல் மூட்டிச் சுட்ட போது
கறி நாற்றத்திற்கு நாக்கு அரித்தது

பனங்காட்டிலிருந்து கசிந்த புளித்தக் கள்ளின் வீச்சத்தை
காடு முழுக்க கத்தி இறைத்தன சுரும்புகள்
உடும்புக் குழியைத் தோண்டிக் கொண்டிருந்தவனின் உடம்பில்
செங்காட்டுப் புழுதியை அப்பிவிட்டுச் சென்ற
காற்றில் வெம்மைக் கூடியிருந்தது

நிலம் திருத்திக் கொண்டிருந்த சம்சாரிகளுக்கு
தலையில் சும்மாடு கட்டி
கஞ்சி எடுத்து வந்த பெண்டுகளின்
வாளிப்பான கெண்டைக் கால்களில் உரசி
பொசுங்கிய கரிசலாங்கண்ணி பச்சைக் கட்டியது

கரைகளில் அரித்துப் போட்ட செத்தைகளுக்கு
தீ வைத்து எரித்துக் கொண்டிருந்தவர்கள்
மத்தியான வெயிலுக்கு நிழல் ஒதுங்கி
உப்புக்கண்டத்தைக் கடித்துக்கொண்டு குடித்த
நீச்சத்தண்ணிக்கு சுனைக்குளிர்ச்சி

நெருப்பில் வேகவைத்த முயல் கறியை
தேக்கு இலையில் மடித்துக்கொண்டு
கள்ளருந்தச் சென்ற வேட்டுவர்களின் பின்னே
மோப்பக் குழையும் வால் நறுக்கப்பட்ட கருநாயின்
மஞ்சள் விழிகளில் சூரியனின் தகிப்பு

இப்படியாகப்பட்ட காட்டில்
வேட்டுவனாகவோ சம்சாரியாகவோ மேய்ப்பனாகவோ
வெயிலோடு சமர் செய்பவன் நான்.

உப்புக் காற்று வேகமாக அடிக்கிறது

காட்சி-1

வதைமுகாமிலிருந்து ஒருவன் தப்பிக்கிறான்
அவனது படகு கரை சேர்ந்தபோது
கடற்கரையில் உப்புக்காற்று பலமாக அடித்துக் கொண்டிருக்கிறது
மீன் எலும்பை கவ்விக்கொண்டு செல்லும் நாயின் முகம்
காற்றரிப்பில் நலிவடைந்துள்ளது
கடல் பரப்பை கரையில் நின்றபடி பார்க்கிறான்
அவனுக்கு அழுகை முட்டுகிறது
--
உடைந்து நொறுங்கிய கட்டுமரம்
அதில் சில சிறிய மீன்கள் உறைந்திருக்கின்றன
எத்தனை நாட்களின் துயரமோ
எத்தனைக் கொடுமையான தனிமையோ இது
அதனுடைய உரிமையாளன்
எதன் பொருட்டு தோல்வியுற்றிருப்பான்! தெரியவில்லை
அவன் கண்களைத் துடைத்துக் கொள்கிறான்
--
உப்பளத்தில் வேலை செய்பவர்கள்
அவனுடன் உணவைப் பங்கிட்டுக் கொள்கின்றனர்
பருக்கைகள் கண்ணீரில் நனைவதைப் பார்த்து துன்புறுகிறார்கள்
அவர்களுள் ஒரு வயோதிகன் கூறுகிறான்:
"ஏற்கெனவே இது கரித்துப்போன உணவுதான்
நீ ஏன் அழுகிறாய்?
வேர்வையை விட கண்ணீருக்கு கரிப்பதிகம்"

இவன் சொல்கிறான்:

"இந்த உணவுக்காக முதுகு உரிந்து துடிக்கும்
என் சகோதரர்களை நினைத்தேன்
முள்வேலிக் கம்பிகளில் சிக்கி கிழிபடும் காகிதத்தைப்போல்
எங்களுடைய நிலை"

காட்சி - 2

தப்பிக்கும் முயற்சியில்
அகப்பட்டுக் கொண்டவர்களைக் கொன்று
ஒருவன் முதலைகளிடம் போடுகிறான்.

நாஸ்தென்காவின் கடைசி முத்தம்

அந்த ஒருவன் கடந்து செல்வதற்கு முன்பு வரை
தெருவிளக்கைப்போல் ஒளிர்ந்துகொண்டிருந்தது அவள் காதல்
பீட்டர்ஸ்பெர்க்கின் இரவைப் பருகித் திளைத்திருந்தோம்
உன்னதமானதொரு அன்பால்
பனியை சுவாசித்து வெளியிடுவதுபோல்
பெருமூச்செறிந்தபடி நின்றிருந்தேன்
இமைகள் விரிகையில் உள்ளொளிரும் விழிகளின் துடிப்பில்
என் பெருமயக்கம் கூடிற்று

எங்களுக்கிடையில் படர்ந்திருந்த பனி
கொதிப்படைந்த சுவாசத்தால் கலைந்தபடியிருந்தது
தூரத்தில் ஒளிரும் வெண்ணிலவின்
சாயையுடைய அவள் முகத்தின் தீட்சண்யம் கண்டு உறைந்திருந்த கணம்
துயருற்றவனாய் அவன் கடந்தான்

தேவாலயத்திலிருந்து பறக்கும் புறாவைப்போல்
என்னிடமிருந்து அவள் அவனிடம் ஓடினாள்
மன்னிக்கும்படி இறைஞ்சும் அவளது பார்வையை
எவ்வளவு முயன்றும் வெடித்தழுத இதயத்தால்
சமாதானம் செய்து புன்னகைத்தேன்

என் பழைய இரவுகளுக்குள்
திரும்பிச் செல்ல நேர்வதை எண்ணி
தேம்பல் வெளித்தெரியாமல் அழுது நிற்கையில்
காதலை பத்திரப்படுத்தி வைக்கச் சொல்லி
அணைத்துத் தேற்றிய அவள்
கடைசியாய் கொடுத்துச் சென்ற முத்தம்
அந்த நான்கு வெண்ணிற இரவுகளிலும்
அடர்ந்துப் பெய்த பனியைப் போலிருந்தது.

(வெண்ணிற இரவுகள்- தாஸ்தாவெஸ்கி-கபாடபுரம்)

உரையாடல் கலை

புழுக்கமான பொழுதில்
அறைக் கதவைத் தட்டிய நண்பன்
நகரத்தின் வெய்யில் கடும் சோர்வைத் தருகிறதென்றான்
சத்தமிட்டபடி மெதுவாகச் சுற்றிய
மின்விசிறியின் கீழ் அமர்ந்து கொண்டவன்
சட்டையின் மேல் இரண்டு பட்டனைக் கழட்டி விட்டு
கைக்குட்டையால் விசிறிக் கொண்டான்

அவன் தலையில் உரசிக் கொண்டிருந்த
அழுக்கு ஜீன்ஸ் அளவுக்கு அவன் துவண்டிருந்தான்
நானும்தான் என்பதும் இவ்விடத்தில் முக்கியமானது

டீ குடித்தபடியே ஒரு சிகரெட் புகைக்க
வேண்டும்போல் இருந்தது எனக்கு
அயனிங் செய்யாத அவனுடைய
சட்டையின் சுருங்கிய பாக்கெட்டில்
கசங்கிய பத்து ரூபாய் இருக்குமா என்று பார்த்தேன்
அவன் அதை என்னிடம் எதிர்பார்ப்பதுபோல் இருந்தது

அப்போதைக்கு குடித்துப் போட்ட
இரண்டு சிகரெட் துண்டுகளைப்
பற்றவைத்து இழுத்துக் கொண்டோம்
பற்றாக்குறையான அனுபவம்தான் என்றாலும்
அறையில் பரவிய புகை திருப்தியாக இருந்தது
ஒரு டீ மட்டும் பெண்டிங்கில் இருந்தது

பிறகு நாங்கள் பேசிக்கொண்டிருந்தோம்
கொஞ்சம் உலக சினிமாவைப் பற்றியும்
தமிழ் இலக்கியவாதிகள் பற்றியும்
அடுத்த வேளைச் சாப்பாடு பற்றியும்.

முதிராத மகரந்தம்

மதியத்துக்கு மேலும் கூட
மழை வருவதுபோல்தான் இருந்தது ஆகாயம்
முன்னந்திக்காய் வீசிய மேற்கத்திக் காற்றில் லேசான தூறல்
இளந்தாரிகளும் குளிர்வதாய் நடுங்கினர்

நேரத்திலேயே இருட்டிய பொழுதை
மூடத் தொடங்கியிருந்தது பனி
தெருவிளக்குகள் எரியத் தொடங்கியதும்
சஞ்சாரம் தீர்ந்திருந்தது ஊர்
விளக்குக் கம்பங்களின் கீழ் வெளிச்சம் பரவிய தூரமெங்கும்
உதிர்ந்துக் கிடந்தன சிறிதும் பெரிதுமாய் வண்டுகள்

ஈரத்தில் கட்டப்பட்டிருந்த மாட்டின் குளம்படிப் பள்ளத்தில்
நசுங்கித் துடித்த மண்புழுவைப்போல்
வாடைக் குளிரின் வாதைக்கு
உறக்கம் கொள்ளா கண்கள் துடித்தபடியிருந்தன

பெருமூச்சின் சப்தமும் வெப்பமும்
கணப்படுப்பென மாற்றியிருந்ததென் குடிலை
தாழிட்டக் கதவின் கோடுகள் வழியே
இரவை வெறித்திருந்தேன்
என் முதிரா காமத்தின் மகரந்தம்
பனியில் கலந்துக்கொண்டிருந்தது

கொதித்து இறக்கிய வெந்நீர் விளவி
குளித்த வெதுவெதுப்பு அப்படியே இருந்ததால்
குளிர் பொறுத்துக் கிடக்கிறதென் உடம்பு

தெருவுக்குள் இறங்கி
ஊரை வளைத்துவிடக்கூடிய
சீயக்காய்த்தூள் வாசனையூறிய நெடுங்கூந்தலை

கைகளால் அள்ளிப் பித்துறும்
உன் பக்குவமான மோகத்திடம்
விட்டுவிட வேண்டும்போலிருக்கிறது என் காமத்தை

இப்பனியை குளிரை இரவை ஊடுருவி
நான் போர்த்தியிருக்கும் கம்பளிக்குள் வந்து
என்னைப் போர்த்த வேண்டும் நீ.

காடென்று பெயர்

அயல் தாவரங்களின் வெக்கைப் பரவிய நிலம் நான்
பல்லுயிர் மையம் என்னுள் முன்பிருந்தது
அதற்கு காடென்று பெயர்

அதனுள் நதியிருந்தது, நதிக்கு இரண்டு கரையிலிருந்தும்
நீரருந்த விலங்குகள் வரும்
நீரில் புரளும் நாவுகள் தித்திப்பில் மயங்கும்
மீன்கள் துள்ளினால் ஆகாயம் அசையும்
நதியின் மரகத நிறத்திற்கு மரங்கள் சாட்சியாக நின்றன
இலைகளும் மலர்களும் கனிகளும் அதுவாகவே உதிர்ந்தன
ஏராளமான பறவைகள் வரும்
அவைகள் வலசை செல்லும்போதெல்லாம்
விதைகள் இடம்பெயரும்

கூடுக்குள் பறவைப் போய் வருவதுபோல்
கனிக்குள் புழு சென்று வரும்
ஒன்றையொன்று உணவுக்காக சார்ந்திருந்தபோதும்
ஒன்றும் அழியவில்லை
அத்தனை உயிர்களும் பாதுகாப்பாக இருந்தன

இப்போது நான் நஞ்சினும் கொடியதாக உள்ளேன்
என் நதி நடந்த இடத்திலும்
என் விலங்குகளும் பறவைகளும்
புழுக்களும் பூச்சிகளும் புழங்கிய இடத்திலும்
என் நிலத்தடியையும் காற்றையும் வெப்பமாக்கும்
அசுரச் செடிகள் விளைந்து விட்டன

மண்ணைப் பிளந்து மேலெழும் வலுவான விதைகள்
எப்போது என்னுள் விழுமென காத்திருக்கிறேன்.

கிடை ஆடு

மேய்ச்சலுக்கு வந்த வேற்றூர் இளங்கொறாக்களோடு
நிலம் கடந்து போய்விட்ட
கிடாயைத் தேடிக்கொண்டிருந்தான் இடையன்
ஓட்டிப் போட்டிருந்த புஞ்சைக்காடெங்கிலும்
பட்டியில் அடைக்கப்பட்டிருந்த
வெள்ளாடுகளின் புழுக்கை நாற்றம்
வீசிக்கொண்டிருந்த இரவொன்றில்
தன் கிடாயின் சாதி அடையாளத்தைக் கூறி விசாரித்தவனுக்கு
இப்பேற்பட்ட கிடாய்களைக் கவரும்
கன்னிக் கொறாக்களை வைத்திருக்கும்
குடியானச்சி ஒருத்தியைப் பற்றிச்
சொன்னார்கள் ஊர்வாசிகள்

இடையன் அங்கு போனபோது
இணைவிழைச்சியின் கொதிப்பில்
ஓயாது கத்திய கொறா ஒன்றை
முகர்ந்து கொண்டிருந்தது கிடா

பட்டிக்கு ஓட்டிவந்த கிடாயின்
மெலிவைக் கண்டு விசனித்த இடைச்சி
வலுக்கூட்டும் தழைகளைத் தின்னடித்தாள்
பனையால் கட்டப்பட்ட குடிலுக்குள்
குட்டி ஈன்றிருந்த ஆட்டின் பால்மடி குதப்பும் சத்தம்
அன்றிரவு வெகுநேரம் கேட்டபடியிருந்தது

கிடையை மாற்றி அடைத்த பின்னொரு நாளில்
மீண்டும் கிடா தொலைந்தபோது
அந்தக் கன்னிக் கொறாக்களை வளர்ப்பவளின் பட்டிக்கு
தழைக்கட்டோடு போனான் இடையன்.

நிறமும் கோடும்

தான் வரைந்த கோட்டோவியங்களை
ஒரு மது விருந்துக்கு பிறகு பார்வைக்கு வைத்தான்
கரிசல் காட்டின் நீர்மையற்ற தன்மையை
நீர் வண்ண ஓவியங்களால்
புனைவுக்குட்படுத்திய ஓவியன்

கோடையின் தீய்ப்பில் கூர்மைக் கொண்டுவிடும்
ஈச்ச முற்களை அவனது ஓவியத்தில் பார்க்கும்போது
ஆழ முள் தைத்த வலியை உண்டாக்கி விடுமது

அவன் வரைந்த துள்ளு விரியன்
ஒரு ரசிகனைக் கொத்திவிட்டதாகவும்
மிகக் கடுமையான விடம் தீண்டிய அந்த ரசிகன்
நுரைத்தள்ளி இறந்துவிட்டதாகவும் கூறுவர்

ஒரு பெண்ணின் தனங்கள் இரண்டையும்
கமல மொக்கினைப்போல் வரைந்து வைத்து
சூரியனுக்கு அவை மலர்ந்து விடுமென்று
அவன் சொல்லிக் கொண்டிருந்தபோது
நிறைய தேன் வண்டுகள் மொய்க்கக் கண்டோர்
இவ்வளவு துல்லியம் அசாத்தியம் என்றனர்

படுத்தப் படுக்கையாய் கிடந்து
முதுகில் சீழ்பிடித்த ரோகி ஒருவனை
இவன் வரைந்திருந்தபோது
ஊரையே வளைத்த துர்நாற்றத்திலிருந்து
யாருமே தப்ப முடியவில்லை என்றான் ஒருவன்

இப்படி...
வண்ணத்தால் அனைத்தையும் வெளிப்படுத்த தெரிந்தவன்
கறுப்பு வெள்ளைக் கோடுகளுக்கு வந்தது எப்படி?

அவன் சொன்னான்:
மெல்ல என் வாழ்வின் நிறம் மங்கி
முற்றிலும் சாயம்போன ஒருவனாய் மாறியபோது.

நீங்கள்தான் தோழர்

இந்தக் கூட்டத்தில் அவர் இருந்தார்
யாராவது பார்த்தீர்களா?
நம் தேவைகளைப் பூர்த்தி செய்வதன்றி
வேறு நோக்கமற்ற அரசை உருவாக்கும்
முக்கியமான புரட்சிக் குரல் அவருடையது
யாராவது கேட்டீர்களா?

தன் நிலத்தில் விளைந்த உணவு தானியத்திற்கு
நேர்மையாகப்பட்ட விலையைத் தீர்மானித்து
காத்திருந்த சிறு விவசாயியின் சாயல்
அவரது முகத்தில் படிந்திருக்கும்

இரும்பாலான எந்திரங்களை உடைத்து எறிந்துவிட்டு
தனது ஏரில் மாடுகளைப் பிணைத்துக் கட்டி
நிலத்தில் இறக்கிக் கொண்டிருக்கும்
உருமா கட்டிய உழவனின்
பூர்வகுடிப் பெருமை பேசும் பாடல்
அவரது முழக்கத்தில் கலந்திருக்கும்

இறுதியில் வன்முறைக்குப் பலியாகும்
குடிசைவாசியின் கையறுநிலையைப்போல்
ஆழ்ந்த துயரம் அவரது உள்ளத்தில் இருக்கும்

அவரை நீங்கள் நிச்சயம் பார்த்திருப்பீர்கள்
நம்பிக்கை வைத்திருந்த அரசால் எப்போதும் ஏமாற்றப்படும்
பரிதாபகரமானதொரு பிரக்ஞையைப்போல் இருப்பது
அவரது முகத்தில் எழுதி ஒட்டியிருக்கும்

இன்னும் குழப்பமாக இருந்தால்
பாதரசம் அழியாத கண்ணாடியில் ஒருமுறையும்
பாதரசம் அழிந்த கண்ணாடியில் ஒருமுறையும்
போய்ப் பாருங்கள் தோழர்!

பாழ்படும் கதை

சிட்டுக்கள் நெருங்காத நிலங்களில்
இறந்த தானியங்களைத் தெளித்து
வேலிக் கட்டியிருக்கும் சம்சாரிமார்களே
கேளுங்கள்! நீங்கள் பாழ்படும் கதையை

உங்கள் பாட்டன் முப்பாட்டன்
பெற்றெடுத்த மக்களின் எண்ணிக்கை அறிவீர்
அவர்களின் வீரியத்தில் கொஞ்சம் மிச்சமிருந்து
உங்கள் குறியிலிருந்து ஒன்றிரண்டு உயிர்கள் கசிந்தன
நீங்கள் ஆண்மையர் என்று மீசை முறுக்கியது ஒரு வரம்

ஆண் பிள்ளைகள் மீது
காமுற்று கலவி செய்யும் நீவிர்
ஒருவேளை அவன் பிறப்பானெனில்
அக்குழந்தையின் விதைப்பைகளைச் சற்று தொட்டுணரவும்
பலாக்கொட்டைகள் வடிவில்
இருக்க வேண்டிய விதைகள்
புன்னைக் கொட்டைகளைப்போல்
மெலிந்தவையாக இருப்பதைக் காண்மின்

நீங்கள் பாழ்படும் கதையில்
இது முக்கியமான இடம்.

இச்சைப்பூ

பூக்களை மலர்த்தி வைத்திருக்கும்
நதி புரளும் வனம் அது
உடலில் பற்றிக்கொண்ட தீயொடு
வனத்துள் நுழைந்த குதிரைக்கு
இரண்டு மலர்களை சுவைக்கக் கொடுத்தது ஒரு பறவை

எரிந்த உடலின் துர்ப்புகை
அம்மலர்களை உண்டதும் நறுமணம் கொண்டது
தணிந்த இச்சையை வைத்துக் கொண்டு
காடெங்கும் நுகர்ந்து சென்ற குதிரை
மூர்க்கமேறி பாம்புகள் முயங்குவதைக் கண்டு
பித்துற்றதைப்போல் ஓடி
நதிச்சுழிப்பில் கழுத்தளவு நீரில் நின்று கொண்டது

அதன் கனைப்பில் தொந்தரவுற்ற காட்டுயிர்கள்
தம் இணைவிழைச்சியில் இடைபுகும் இக்குரல்
துரித இன்பத்தை உண்டாக்குவதாக சபித்தன

கரையேறிய குதிரை
தான் உண்ட மலர்களின் மகரந்தம் பரவிய
நெடுவனம் நுழைந்து
அங்கு குடிகொண்டிருந்த சூரிடம் மண்டியிட்டு
தன்னைப் பலியிடத் தந்தது

வெட்டி பலி மேடையில் வைக்கப்பட்ட
குதிரையின் தலையில்
திறந்திருந்த இரண்டு கண்களும்
இரண்டு இச்சை மலர்களின் சாயல் கொண்டிருந்தன.

பகை முடிதல்

உன் இடைவார் கத்தி
என் கழுத்துக்காக கூர் தீட்டப்பட்டதென்று தெரியும்
நான் எப்போதும்போல்
உன் பங்காளியாகவே அமர்ந்திருக்கிறேன்

நம் இருவருக்கும் இடையில் உள்ள மேசையில்
பழங்களை துண்டு செய்ய வைத்திருக்கும் கத்தி
விஷம் தடவியதாக இருக்குமோ என
நீ சந்தேகத்துடன் அவதானிப்பதை
நான்கு பக்கமும் கண்கள் கொண்ட நான்
விஷமச் சிரிப்போடு பார்த்துக் கொண்டிருக்கிறேன்

சைன்யத்தில் எதிரிகளின் தலைகளை
தன் வாள்வீச்சில் தெறிக்கவிட்டவனின்
உடம்பில் தெளித்திருக்கும் குருதியைப்போல்
சிவந்த ஆப்பிள்களில் ஒன்றை நறுக்கி சுவைத்தபடி
உன்னோடு பேசிக்கொண்டிருக்கும் என்னை
பழி வாங்கும் தருணத்தை எதிர்ப்பார்த்து
வஞ்சம் சினந்துப் பெருகுவதை நீ
மறைக்க எத்தனிக்கிறாய்

உரையாடல் முடிந்து விடைபெறும் முன்
நட்பு கரம் நீட்டிய நான் சுதாரிப்பதற்குள்
என் கழுத்தைத் தடவிச் சென்றதுன் கத்தி
தவறிய குறியை மீண்டும் நீ சரிசெய்வதற்குள்
என் மேசையிலிருந்த நறுக்கிய கனிகள்
இரத்தத்தால் நனைந்திருந்தன.

இதமாக வேட்டையாடுங்கள்

பறவைகள் வெறெங்கோ செல்வதிலிருந்து
புரிந்து கொள்ள முடியவில்லையா
இந்த வனத்தில் பழங்கள் இல்லையென்று

நீங்கள் கோடரிகள் கொண்டு வந்திருந்தால்
மீதமிருக்கும் காய்ந்த மரங்களைச் சாய்த்து
துண்டு செய்து எடுத்துச் செல்லுங்கள்
இன்றைக்கு உங்கள் உணவாக
கனியை உண்ண வாய்ப்பற்றவர்களாக இருக்கிறீர்கள்

தூண்டில் கொண்டு வந்திருந்தால்
வறண்டு கொண்டிருக்கும் ஆற்றில்
மீன் பிடித்துச் செல்லுங்கள்
குடியிருப்புக்குச் சென்றதும் உங்கள் குழந்தைகளிடம்
இன்று மாமிசம் உண்ணப்போகிறோம்
என்ற சூழலை விரும்பச் செய்யுங்கள்

மீன்களை வேகவைக்க
வெட்டிய மரத்தை விறகாக்கிப் பயன்படுத்துங்கள்
இன்றும் உங்களுக்கு உணவு கிடைத்தமைக்காக
உயிர்களைப் படைத்த தெய்வத்துக்கு
நன்றி கூறிவிட்டு உறங்கச் செல்லுங்கள்

ரம்மியமான நிலவு வெளிச்சத்தில்
இலைகள் பொலிவடைவதையும்
பூக்கள் திறந்து கொள்வதையும்
கனவுகளில் தரிசிக்கலாம்

பறவைகள் இனி எப்போது திரும்புமோ
அப்போதுதான் கனி உண்ண முடியும்.
அதுவரை இதமாக வேட்டையாடுங்கள்.

யாமத்தில் பிரிதல்

மூன்று சாமமும் கூடியிருந்த இரவில்
உன் கண்களில் பூத்திருந்த கண்ணீரை அருந்தித் துயருற்றேன்
பிடிபட்டக் குருவியின் சிறிய உடல் துடிப்பதுபோல்
என் நெஞ்சின் மீது துடித்தன உன் தனங்கள்
அன்றைக்கு மட்டும் என்னவோ
ஆகாயம் கலங்கித் தெரிந்தது

பஞ்சாரத்தில் அடைத்தக் கோழிகள்
உறங்காமல் விழித்தபடியே இருந்தன
நீர்த்தொட்டிக்கு அருகே
தளிர்த்திருந்த பொன்னாங்கன்னியிலிருந்து
வெளியே வந்த தவளை ஒன்று
நம்மையே பார்ப்பது போலிருந்தது

பிஞ்சு விட்டிருந்த எலுமிச்சையிலிருந்து
அந்த இரவை கமழச்செய்யும் வாசம் கசிந்தபடியிருந்தது
ஓராயிரம் முத்தங்களால்
உன்னை மூடவேண்டுமென நினைத்தேன்

பனிக்காற்றின் குளிர்மையும்
பிரிய நேரும் வாதையும் சேர்ந்து
நீ நடுங்கிக் கொண்டிருந்தாய்
உன் பொருட்டு எனக்கு நடக்கும் நலுங்கினை உறுதி கூறி
அழுந்தப் பற்றியிருந்த கைகளை பிரித்தெடுக்கிறேன்

யாருக்கும் கேட்டுவிடக் கூடாதென்னும்
உள்ளுணர்வின் அச்சத்தில் தேம்புகிறாய்
நட்சத்திரங்கள் ஒவ்வொன்றாக தொலைந்து கொண்டிருந்தன
இரவின் நிறம் குறைந்தபடியிருந்தது

யாரோ ஒருத்தி வாசலில் நீர்த்தெளிக்கும் சத்தம்
ஊரின் விழிப்பை கவனப்படுத்தியது
வருகிறேன் என்று எழுந்த என் கைப்பற்றி
அழுந்த முத்தமிடுகிறாய்

அலரும் பசலையும் உன்னை எட்டும் முன்
தோழிக்கு உற்ற துயர் நீயுரைக்கும் முன்
கைத்தளம் பற்றுவேன் என்னும்
உறுதி முத்தம் கொடுத்துவிட்டு
உன் நிலம் பிரிகிறேன்.

அதிகாரம் - 104

வென்னி மரத்தை நடுவில் விட்டு
வரம்பு வரைக்கும் நிலத்தைஉழுதுப் போட்டிருந்தார் அப்பா
மரத்தில் படர்ந்து காய்விட்டிருந்த பீர்க்கைக் கொடிபோல்
நாளம் புடைத்திருந்த அவரின் கையிலிருந்து
என் கைக்கு ஏர் மாறியபோது
மாடுகளின் திமிளில் மின்னியது மத்தியான வெய்யில்

பால் கசிய செத்தித் தள்ளப்பட்ட
நாட்டுக்கள்ளித் துண்டுகள் போலிருந்த
குளம்படிகளை உதறிக்கொண்டு நின்றிருந்தன காளைகள்

பீளைத் தள்ளியிருந்த கண்களால்
அப்பாவை அவ்வுயிர்கள் பார்த்தபோது
குடித்துக் கொண்டிருந்த நீராகாரத்தை
பாத்திரத்தோடு நீட்டினார்
வெளிர் நீலத்தில் எச்சில் கோர்த்த நாக்குகள்
தடித்தக் குரவை மீன்களைப்போல் பாத்திரத்தில் புரண்டன
லேசாய் விடைத்த வயிற்றிலிருந்து
எழுந்துப் பறந்தன உண்ணிப் பூச்சிகள்

புழுதியைப் புரட்டிக்கொண்டுச் சென்ற
காற்றுக்கு மலர்ந்த நிலம்
பாதரசம் மங்கிய பெரிய நிலைக்கண்ணாடியின்
பின்புறத்தைப்போல் கிடந்தது

மர நிழலில் உறங்கிப் போயிருந்த
அப்பாவின் உப்புப் பூத்த கருத்த உடம்பின் மேல்
உதிர்ந்திருந்தன வென்னி இலைகள்

விதைக்கப்படும் தானியத்திற்காக
நிலம் மெல்ல திறந்துக் கொண்டிருக்கும் சப்தம்
அவருக்கு கேட்கிறதென்று தோன்றியது
என்னைப்போல் மாடுகளும் அப்பாவைத் திரும்பிப் பார்த்தன
அப்பா ஒரு மண்புழுபோல் படுத்திருந்தார்.

முடிவில்லாத ரணப்பொழுது

இலையைச் சுருட்டும் புழுவைப்போல்
காலம் ஒருவனை சுருட்டிப் போட்டிருந்தது
நையப் புடைக்கப்பட்ட நாயொன்றின்
கண்களில் தேங்கியிருக்கும் பரிதவிப்பை
தன் கண்களில் கொண்டிருந்தான் அவன்

வலியாலும் ரோகத்தாலும் துடித்து மெல்லச் சாகும் அவனை
கடைத்தேற்ற யாருமில்லை
இரக்கமும் வாஞ்சையும் கொண்டவர்கள்
யார் யாரோ வந்து போனார்கள்
ஒருவரிடத்தும் அவன் உச்சரித்துக்கிடந்த
கடவுளின் சாயல் இல்லை

உயிர்த்திருக்கும் ஆசை நிரம்பிக்கிடந்த அவனது சிறுகுடிலில்
உடனிருந்தவர்களின் ஈரம் இன்னும்
காயாமல் அப்படியே இருந்தது

எப்போது தனிமையில் வீழ்ந்தானோ
அப்போது நோய்மையில் விழுந்தவனென்று
அவனைப் பற்றி பேசிக்கொண்டார்கள்

தனிமை ஒரு நஞ்சுக் குப்பியைப்போல்
அவனுக்கருகில் வைக்கப்பட்டிருந்தது
உயிர்த்திருக்கும் வேட்கையில்
அதனையே அவன் பருகிக் கிடந்திருக்கிறான்

அவனது வாழ்வு இன்னும்
முழுமையாய் அந்தியைத் தொட்டிருக்கவில்லை
அவனுக்கு நேர்ந்திருப்பது இருள் அன்று
அதுவொரு முடிவில்லாத ரணப்பொழுது.

ஏவாளிடம் மீதமிருந்த கனிகள்

ஒரு தாவரத்தின் பின்னால்
தன் நிர்வாணத்தை மறைக்கக் கற்றுத் தந்தவளிடம்
முதன்முறை தன்னுடலை
ஆற்றுப்படுத்தத் தலைப்பட்டான் ஆதாம்
ஏவாளிடம் மீதமிருக்கும் கனிகளை
கடவுள் திரும்பப் பெற்றுக்கொள்ளும் முன்
வனத்திலிருக்கும் அத்தனை சர்ப்பங்களையும்
அவன் கொன்றுவிட வேண்டும்

காமத்தை சாத்தானென்று பொய்யுரைத்தவன்
நெடுங்கூந்தல் மூடிய ஏவாளின் யௌவனத்தை
இலைகளை அவிழ்த்துக் கொட்டியும்
காட்டின் ஆகிருதியை பெருகச்செய்தும்
ஆதாமின் கிளர்ந்தெழும் ஆண்மையைத்
திசைத் திருப்ப முயற்சித்தான்

நதியின் கருநீல நீர்ச்சுழிப்பின் சாயல்
ஏவாளின் உந்தியில் அலையடித்துக்கொண்டிருந்தது
ஆதாமின் கண்ணிலிருந்து
அதை மறைத்துவிட வேண்டுமெனும்
கடவுளின் துடிப்பை இதற்குமுன் யாரும் பார்த்ததில்லை

தன் நடு நரம்பில் முடிக்கற்றைகள் விழும்போதெல்லாம்
ஏவாள் நிலைக்குலைந்தாள்
தன் கனிகளைப் பறிக்கும் இசையை
யாரோ வாசிப்பதாய் துணுக்குற்றாள்

ஆதாம் தன் காமத்தைக் கொய்து அவள் முன்வைத்தபோது
அதுவரைக்கும் பின் தொடர்ந்த இசை
அவள் நறுமணத்தை அவிழ்த்து உதறியது
அந்த வாசனையை எதிர்கொள்ள முடியாத கடவுள்
ஒரு வண்ணத்துப்பூச்சியென மாறி
அவர்களின் இயற்கைப் புணர்ச்சிக்கு சாட்சியாகிப் போனான்.

காடு என்பது இலாகா இல்லை

யானைகள் வலசை செல்லும் பாதையில்
கஞ்சா தோட்டம் போட்டவன் இவன்
காட்டிலிருந்த முதிர்ந்த மரங்களை வெட்டி
கடத்தி பணம் பார்த்தவன் இவன்
வேட்டை விலங்குகளைக் கொன்று
காட்டைப் புதராக்கியவன் இவன்

அயல் தாவரங்களை நட்டு
நிலத்தின் ஈரத்தன்மையை வறள வைத்தவன் இவன்
பூர்வகுடிக் காட்டாளனை கொள்ளைக்காரனென்று
சித்திரித்துக் கொன்றவன் இவன்
பழங்குடி பெண்களின் கர்ப்பப்பையில்
வளர்ந்த காடுகளை அழித்தவன் இவன்

இவனிடம் போய் ஒப்படைக்கிறீர்கள்
காட்டு இலாகா பதவியை!
தன் வீட்டிலிருக்கும் உணவு மேசையைப்போல்
காட்டைப் பார்ப்பவன் இவன்
கற்களைப் பூட்டும் கதவாக காட்டை மாற்றியவன் இவன்

வனத்தை தன் நினைவில் சுமக்கும்
ஒருவன் இன்னும் மிச்சமிருக்கிறான்
அவன் பார்த்துக் கொள்வான் காட்டை
வனத்திற்கு எதிரானவர்கள் இங்கிருந்து ஓடிவிடுங்கள்
கொல்லப்பட்ட வேட்டை விலங்குகளின் குட்டிகள்
இப்போது வளர்ந்து வந்துவிட்டன.

தடைவிதிக்கப்பட்ட கடிதத்தைப் படித்தவன்

கடுங்குளிராயிருந்த அன்று அதிகாலையை
தாஸ்தாவெஸ்கியால் ஒருபோதும் மறந்திருக்க முடியாது
முகத்துக்கு முன் உயர்த்தப்பட்ட
துப்பாக்கியின் கருந்துளையினுள்
மூர்க்கத்தோடு பதுங்கியிருந்தது மரணம்

தடை விதிக்கப்பட்டக் கடிதத்தை மீண்டும் ஒருமுறை
மனதுக்குள் வாசித்துப் பார்த்துக்கொண்டார்
வரம்பற்ற கொடுஞ்சோகங்களின்
பிரத்யேக இருதயத்துக்குரியவனான தன்னிடமிருந்து
ஓர் ஆறுதலான சொல்லுக்காய் காத்திருக்கும்
இவ்வுலகின் முன் புன்னகையோடு வெறித்திருந்தபோது
துப்பாக்கியை தாழ்த்தச் சொல்லி
ஒரு கடிதம் அங்கு வந்தது

யாருக்கும் கேட்கும்படி வாசிக்கப்பட்ட அக்கடிதம்
ரகசியமாகப் படிக்கப்பட்ட கடிதம்போல் இல்லை
படு மோசமான தோல்வியைப்போல்
உயிர்த்திருக்க நேர்ந்ததை ஏற்றுக்கொண்டார்

நெருங்கிப் பிறகு விலகிய மரணத்தை
ஒரு காதல் தோல்வியைப்போல் எடுத்துக்கொள்ள விரும்பினார்
அதைப்பற்றி நிறைய எழுதினார்
நாஸ்தென்காவைப்போல் அவரிடமிருந்து
ஆன்னா ஏன் கடைசிவரைப் பிரியவில்லை என்பது
உங்களுக்குப் புரிகிறதா?

(வெண்ணிற இரவுகள்- தாஸ்தாவெஸ்கி-கபாடபுரம்)

மாய வலி ஒன்று

எப்போது நினைத்தாலும் அழுதுவிடக்கூடிய
துயரம் எனக்குள் இருக்கிறது
குமுறி அழ முடியாமல் வெம்ப வைக்கும்
கணத்த மௌனத்தில் அது உறைந்திருக்கும்
அப்போதெல்லாம் பொங்கி வரும் கண்ணீர்
சிலந்தி வலையைப்போல் கண்களை
மறைத்து நிரம்பி நிற்கும்

வெளிச்சூழல் அத்தனையும்
மனசுக்குள் கசப்பை இறக்கி வைக்கும் விரக்தி
யாருமற்ற நிராதரவான ஒருவன்
சாலையோரம் படுத்திருப்பதைப்போல்
வாழ்வதற்கான அத்தனை சாத்தியங்களையும்
இழந்துவிட்ட எண்ணத்தில்
நான் என் அறைக்குள் முடங்கிக் கொள்கிறேன்

கண்ணியில் சிக்கிக்கொண்டு
தப்பிப்பதற்கான வழியறியாது துவளும் உயிரைப்போல்
ஆற்றுப்படுத்த வாய்ப்பற்ற
துயரில் மாட்டிக் கொண்டிருக்கிறேன்
பருகச் சொல்லி வைக்கப்படும் தேநீரை
ஆறிப்போன நஞ்சென்பதாக நினைக்கிறேன்

மரணத்தை யாராவது இனிப்பு கலந்து
கொடுக்க மாட்டார்களா என்று எதிர்பார்க்கிறேன்
அது ஏன் என்னால் கசப்பானதாகப்
புரிந்துகொள்ளப் பட்டிருக்கிறதென்று தெரியவில்லை
இன்னும் எத்தனை நாட்கள்தான்
அது கசக்கும் என்று பார்த்துவிடுகிறேன்

இறந்த உடலைச் சிதைக்கு மாற்றிய பின்
தூக்கி எறியப்படும் பாடையைப் போல்
அப்படியே நொறுங்கிப்போய் கிடப்பது எப்போது நேருமோ
அந்த ஆறுதலான நாளுக்காகவே
அமைதியாய் காத்திருக்கிறேன்.

செத்துப்போன உலகின் பாவச்செயல்கள்

உயிரற்ற உலகின் பிரக்ஞைகள் சாகாமலிருந்தனர்
வலியப் பிணைக்கப்பட்டிருந்த போதும்
தளையை அவர்கள் அறுக்க விரும்பவில்லை
காலில் அணியப்பட்ட கிரீடமென்று
புளகாங்கிதம் கொண்டிருந்தனர்
ஆழமான ஒரு பற்றுள்ளவர்களாகவும் இருந்தனர்
அதில் கொஞ்சமேனும் பகுத்தறிவு இல்லை
தமக்கான அடையாளத்தை மழித்துவிட்டு
நிற்கிறோம் என்னும் சுரணையில்லை
அவர்கள் தம் ஆற்றலைப்
பயன்படுத்தும் சுதந்திரமற்றவர்களாக இருந்தனர்

அங்கிருந்த ஒரு மனிதரின் வாழ்க்கையைக் கூட
வழிநடத்தும் கொள்கையற்றதாய்
இருக்கும் சட்டங்களின் தொகுப்பு
அவர்களின் தலையில் கட்டப்பட்டிருந்தது
கட்டளைகளுக்கு கீழ்ப்படிந்து நடக்கும்
குழுக்களாக அவர்கள் இருந்தனர்
உத்தரவுகளுக்காகக் காத்திருந்தனர்

இரண்டு பக்கமும் கூர்மையுடைய கத்தியை
கைகளில் வைத்திருந்தனர்
அவர்கள் யார் மீது பாய வேண்டும் என்னும் விதி
அங்கு எழுதப்பட்டிருந்தது
சமூகம் மறு துருவத்தில் நிற்கும் அவ்வுலகில்
பேரிடரால் தனிமையான விலங்கைப்போல்
ஒவ்வொரு தனி மனிதனும் இருந்தான்
அவன் கால்கள் கண்ணிகளில் சிக்குண்டிருந்தன
நகர்ந்து செல்ல முயற்சித்தால்
வெடித்துச் சிதறிவிடுகிற சூழ்ச்சியின் கண்ணி அது

கேள்விக்கு இடமற்ற அதிகாரத்தின் பிடியிலிருந்து
தன் சுதந்திரத்தை நோக்கி திமிறிச்செல்லும்
துணிவு அவர்களிடம் இல்லை
அது மழுங்கடிக்கப் பட்டிருந்தது
அவர்கள் அச்சத்தின் முளையில்
இறுகக் கட்டப்பட்டிருந்தார்கள்

தன்னைக் காத்துக் கொள்ளும் இருப்பின் தத்துவத்தை
அவர்களின் மூளையிலிருந்து வழித்து
வெளியே ஊற்றியிருந்தது செத்துப்போன உலகம்.

மீசைக்கார குடும்பம்

பெரிய மீசை வைத்துக்கொள்வதில்
பேர் பெற்றவர்களாக நாங்கள் இருந்தோம்
நெடுநெடுவென்று வளர்ந்த தாத்தாவுடைய மீசை
அப்படியே வீரனாருடையது போலவே இருக்கும்
அதை அவர் உருட்டி நிமிர்த்திவிடும்போது
கூட்டுப்புழு பிடித்த நெல்லுத் தோகையின்
நுனிப்பகுதி சுருள்வதுபோல் அது சுருண்டு கொள்ளும்

அப்பாவுடைய மீசை காது வரைக்கும் வளர்ந்திருந்தது
கிருதாவிலிருந்து இறங்கும் மீசையைப் பார்க்க
தீட்டப்பட்ட வீச்சரிவாளைப் போலிருக்கும்

சித்தப்பனுடைய மீசைக்கு
பெண்களை வளைக்கக் கூடிய
மன்மதச் சித்து வாய்த்திருந்தது
முறைத்துப் பார்க்கும் ஆண்களை அப்பனிடம் கூறி
கட்டி வைத்து உதைக்க விடும் பெண்களும்
அவரிடம் சொக்கிக் கிடந்தார்கள்

என்னுடைய மீசையை நான்
வேறு விதமாக வளர்க்கிறேன்
பார்ப்பவர்களுக்கு அச்சத்தையும் மயக்கத்தையும்
ஒரே நேரத்தில் வர வைக்கும்படியாக
அதைப் பக்குவப்படுத்துகிறேன்
முகத்தில் எப்போதும் ஒரு துடிப்பிருக்கும் வகையில்
அது உயிர்ப்புடன் இருக்கிறது

இப்படியாகப்பட்ட எங்கள் குடும்பத்தின் பெண்ணுக்கு
மாப்பிள்ளை வந்தார் ஜெமினிகணேசன் மீசையோடு

உற்று நோக்கலில் தெரியும் அசாதாரணங்கள்

தப்பித்து ஓடும் முயல்
நின்று திரும்பிப் பார்க்கும்போது
அதன் கண்களைப் பார்த்தால்
அது எவ்வளவு வேகத்தில்
ஓடப்போகிறதென்று தெரிந்துவிடும்

படமெடுத்தாடும் சர்ப்பத்தின் தலை
சட்டெனத் திரும்பும் கணத்தில் கொத்தினால்
அதன் விடம் எத்தனை வேகத்தில்
பீய்ச்சியடிக்கப்படும் என்பதை அறிந்து கொள்ளலாம்

குத்திப் பிடுங்கும்போது காளையின்
கொம்பிலிருந்துச் சிதறும் புழுதியின் பரவலில்
அது எந்தளவுக்கு சினத்தோடு
இருக்கிறதென்பதைக் கண்டுணரலாம்

கொறாக்களின் பின்னலையும் ஒத்தைக் கிடாயின்
சுருங்கி விரியும் நாசியிலிருந்து வரும் மூச்சில்
அதன் மூர்க்கக் காமம் புரிந்துவிடும்

பளிச்சென ஆகாயம் தெரியும்
நீர்நிலை மீன்கள் எகிறித் துள்ளும்போது
அலகு உயர்த்தும் நாரையைக் கவனம் கொண்டால்
அது பறந்துச் சென்றுத் திரும்பி வரும்போது
அதன் இரை அதனிடமென்பதை தீர்மானித்து விடலாம்

ஆந்தையின் கண்கள் தெரியும் நள்ளிரவு நிசப்தத்தை
ஒருவித அச்சத்துடன் எதிர்கொண்டால்
அதன் அலறல் ஒலி
நெடுந்தொலைவின் அபசகுணமாய்
மாறிக்கொண்டிருப்பதை உணரலாம்.

தோறாவின் ஆணை

காமத்தால் தன்னை எரித்துக்கொண்டு
பிரியாப்பிஸ் என்னும் தேவமகனின் முன்
மண்டியிட்டிருந்தான் அவன்

"ஆகாயத்திலுள்ள மணற் துகள்கள் போன்று
நீ உன் இனத்தைப் பெருக்கிக் கொள்க"
என்று வரமளித்தான் தேவமகன்

"நீங்கள் ஆக்ரமித்திருக்கும் என் உடலை
ஒரு மனித உடலாகத் திரும்ப ஒப்படையுங்கள் தேவனே
என் ஆண்மைச் செருக்கை ஒழித்து
நீர்மை அழியும் வாய்ப்புள்ள கத்தாழைப்போல்
என் காமத்தைப் புணரமையுங்கள் தேவனே"
என்று இறைஞ்சினான் அவன்

"அப்படியே ஆகட்டும்.
ஆனால், ஒரேயொரு துளிக்கூட
தரையில் சிந்தக்கூடாதுன் உயிர்த்திரவம்
இனத்திற்கு கேடு விளைவிக்கும் இச்செயல்
மிக மோசமான பாவம்,
அதேபோல் தீபத்திற்கு முன்பு அதன் வெளிச்சத்தில்
இணைவிழைச்சு கூடாதென்பதை மனதில் கொள்
இது நம் புனித நூலான 'தோறா'வின் ஆணை
இந்த வேத வாக்கியத்தை
உன் தலைமுறையிடமும் ஒப்படைத்துவிடு
இது நம் தேவன் வகுத்துக் கொடுத்த புனித விதி,

இறுதியாக ஒன்று
பெண்ணின் உரிமையை மதிக்கக்கூடியதாக
ஓர் ஆணின் காமம் இருக்கட்டும்
அவமதிக்கப்படும் பெண்ணின் காமம்
தேவனாலும் தீர்க்க முடியாத சாபம்."

சருகலம் சேர்தல்

மூன்றாவது அடுக்கில் மிதக்கும் மேகங்கள்
இரவை ஒரு காட்டுச் சுனையைப்போல் வைத்திருந்தன
எதிரெதிரே சமைந்திருந்த இரண்டு பாறைகளுக்கிடையே
வேர் பிடித்த தாவரம்போல் நாம் படர்ந்திருந்தோம்

திறந்த மலர்களின் குவியல்போல்
உன் தனங்கள் பூரித்திருந்தன
இதயத்திலிருந்து நாளங்களுக்கு மடைமாறும் குருதி
திரண்டு கொதிக்கும் அவத்தையை
தணிக்கும் கனிகள் வேண்டுமென மன்றாடினேன்

நனைந்து சுருண்ட மாங்கொழுந்தினைப் போலிருந்த
உந்திச் சுழிப்பிற்கு ஊறிக்கொண்டு வந்த
என் கண்களைப் பறித்து
உன் தேகக்கட்டுக்கு வேலியிட்டாய்
தீண்டிய ஈரக்காற்றின் கொடுமையான குளிர்
முதுகுத் தண்டில் நுழைந்த போது
என் மொத்த சருகலமும் ஆடிப்போனது

பொங்கி நுரைத் ததும்பும் காமத்தை
ஒரு மதுக்கோப்பையை வைத்திருப்பதைப்போல்
நான் சுமந்து கொண்டிருந்தேன்
அது அந்த இரவின் மீது வழிந்து கொண்டிருந்தது

பரிகசிக்கும் முறுவலுடன்
உன் இதழ்கள் பரிமளித்திருந்தன
நூறாண்டுகள் மூடியிருந்த ஒயினின்
நிறமும் குணமும் சாத்தியமாகியிருந்த உதடுகள்
தோல் நீக்கிய பழத்துண்டுகள்போல் உலர்ந்திருந்தன

இருட்டில் ஊர்ந்து வந்த பூச்சியைப்போல்
உன் கணுக்காலில் ஊர்ந்து கொண்டிருந்தது நிலவு
பனி நம் உடல் மீது பெய்துக்கொண்டிருந்தது.

நிரந்தர தோல்வியின் கொடி

விளைச்சல் குறைந்த வளைகுடாவின் நீலப்பரப்பு
மீன்களற்ற மணல் வெளியைப்போல் விரிந்துக் கிடந்தது
உப்புக் காற்று வீசியடிக்கும் கடலோடு
நெடுங்காலம் சமராற்றிய கிழவன்
பெரிய கடல் காகத்தைப் போலிருந்த படகை
கரைக்குச் செலுத்திக் கொண்டிருந்தான்

சுறாக்கள் பதப்படுத்தப்படும் கிடங்கிலிருந்த வந்த வீச்சத்தை
நுகர்ந்து சுகித்த அவன்
தன் தூண்டிலைத் தீண்டாத
மீன்களின் நினைவில் மருகித் துவண்டபோது
கடல் கன்னிகளை நினைவுறுத்தும் வெண்ணிற மீன் கூட்டமொன்று
அவன் முன்னால் பாய்ந்துச் சென்றது

செதில்களைப்போல் உதிர்ந்துவிட்ட தன் மிடுக்குப் பருவத்தை
உணர்த்தத் தலைப்பட்ட அம்மீன்கள்
நெடிய அன்றிரவை நீந்திக் கலைத்ததை
மறுநாள், சிறுவனுக்குரிய கதையாகச் சேகரித்தான்

ஆகாயத்திலிருந்து பனி உதிரும் சப்தம்
பனை ஓலைகளைத் துளைத்து உள்நுழைவதை
இறுக்கிப் போர்த்தியபடி பார்த்துக்கொண்டிருந்த
சந்தியாகு என்ற அக்கிழவனுக்கு
அந்தக் குளிர் மிகுந்த இரவு
ஒரு நிரந்தர சகியென்பது யாருக்குத் தெரியும்?

தரைத்தட்டி நிற்கும் அவனது படகில்
ஒரு பெரிய மீன் கிடந்து துடிப்பதாய் கனவுற்று
உறக்கக் கடலுக்குள் அவன் அமிழ்ந்துக் கொண்டிருந்தபோது
வெளியே, குடிசையை ஒட்டி சார்த்தப்பட்டிருந்த பாய்மரத்துணி
நிரந்தரத் தோல்வியின் கொடியாக
பனிக்காற்றில் அசைந்துக் கொண்டிருந்தது.

(கிழவனும் கடலும் – எர்னஸ்ட் ஹெமிங்வே)

துரோகத்தை மன்னித்தல்

ஒரு துரோகத்தை மன்னித்துவிட்டேன்
என்னிடமிருந்து உயிர் போகுமட்டும்
மறக்க இயலாத துரோகம் அது
என் உணவில் விஷம் வைக்கும் அளவுக்கு
ரகசியமான குற்றத்தின் பின்னணியில்
உருவான துரோகம் அது

சுவடில்லாமல் அழித்துவிடத் துடிக்கும் வஞ்சம்
ஒரு நோயைப்போல் பரவுவதை சகிக்க முடியாமல்
நிறைய வாதைக்கும் உச்சபட்ச சினத்துக்கும்
நான் சிதைந்து சிதறிய பிறகு
மன்னிக்கப்பட்ட துரோகம் அது

கோடைப் பெருகி வறண்டப் பெருவெளியில்
நெடுந்தொலைவு அலைந்து
நாக்குத் தள்ளி வீழும் நாயிடமிருக்கும்
வெறிக்கு சமமான பழியுணர்ச்சி
என்னை முன் நகர்த்தியபோது
தேவாலயத்திலிருந்து வெளியே வந்த
கைவிடப்படாத ஆத்மாக்களின் இதயத்தைப்போல்
பாவத்துக்கு அஞ்சும் ஒரு வாய்ப்பை
அளிக்க விரும்பிய தருணத்தில்
மன்னிக்கப்பட்ட துரோகம் அது

ஒரு துப்பாக்கிக் குண்டு நெற்றியில் பாயும் வரைக்கும்
கைக் கட்டப்பட்டவனின் பிரார்த்தனையைப்போல்
நம்பிக்கையளிக்கக் கூடியவர்களிடம் இருக்கும் அன்பை
எனக்குள்ளிருந்து விலக்க இயலாதபோது
மன்னிக்கப்பட்ட துரோகம் அது

என் கோப்பையில் தேநீர் நிரப்பும்போது
சமையல் கட்டில் நஞ்சுக்குப்பி உருளும் வாய்ப்புள்ள போதும்
வரவேற்பறையில் காத்திருக்கிறேன்
பெருந்தன்மை மிக்க புன்னகையோடு.

ஓ ஜாகிரா! இந்த சூஃபியைப் பார்

காமத்தில் உன் சாயல் பெறுபவளிடம்
நின்னைக் காட்டிலும் என்மேல் அன்பு கூர்ந்தவளிடம்
உன் சன்னிதி வரவேண்டிய அதே நேரத்தில்
மண்டியிட்டு சரணடைந்திருந்தேன்

ஓ ஜாகிரா!
நான் மெல்ல உதிரும் இலையைப் போன்றவன்
என்னை நீ அப்படித்தான் படைத்திருக்கிறாய்
தரையிறங்கும் வரைக்கும் நான்
காற்றின் விசைக்கு உட்படுகிறேன்
என்னை மிதக்க விடும் காற்றில்
வெளிப்படும் தீர்க்கதரிசனத்தை
ஒரு பெண்ணிடமும் காண்கிறேன்

உன்னைத் தொழுவதற்கான நேரத்தில்
கஸல் கேட்டபடி நான் மயக்கத்தில் இருந்தால்
மிக அணுக்கத்தில் நீயிருப்பதாக அர்த்தம்
சரி போதும் நான் மது அருந்த வேண்டும்
பிறகு மெழுகு வெளிச்சத்தில்
இசையும் கஸலும் கேட்க வேண்டும்

ஓர் அழகிய யுவதியின் பழரச கோப்பையில்
ஒட்டியிருக்கும் எச்சில் பருக வேண்டும்
பிறகுதான் உன்னிடம் சரண்புகுவேன்
என்னை சூஃபியாய் படைத்த
உன் கருணையோ கருணை

ஓ ஜாகிரா!
பறவைகளின் சஞ்சாரம் நின்றுபோன
இந்த இரவு நேரத்தில்தான்
மெல்லத் தரையிறங்கும் இலைகளின்
இசையை உணர்தல் சாத்தியமாகிறது.

அதுவொரு காட்சி அவ்வளவுதான்

வானிலிருந்து மிதந்திறங்கிய நீலம் பாரித்த இறகில்
சற்று கூடுதல் என்று சொல்லுமளவுக்கு
மிதமிஞ்சிய வெம்மை
இரண்டு விரல்கள் கொண்டு லாவகமாக கூர்மைத் திரட்டி
காதுக்குள் குடைந்தபோது
இளைப்பாற சூழலற்ற நெடும்பாதையில்
மூர்க்க வேகத்தில் பறந்த பறவையின் மூச்சிறைப்பு
கானலின் அலையைப்போல் உள்ளே பரவி வியாபித்தது

அந்த இறகைக் காதிலிருந்து வெளியே எடுத்தபோது
ஒரு பறவை விருட்டென்று பறப்பது போலிருந்தது
அப்படியே காற்றில் மிதக்க விட்டுவிட்டுப்
போய்விட விரும்பினேன்

தலைக்கு மேல் பறவைக் கடப்பதன் நிழல்
முன்னே விழுந்தது
இறகை அதில் பொருத்தினேன்
அந்த நிழலில் ஒட்டிக்கொண்டு இறகு மிதந்துபோனதை
ஒரு கனவென எடுத்துக்கொண்டேன்
ஏனெனில் அதுவொரு காட்சி அவ்வளவுதான்.

உயிர் வாழும் போராட்டம்

தீண்ட வாய்ப்பற்ற சினத்தைத்
தரையில் கொத்தித் தீர்த்தது தப்பித்த பாம்பு
மரத்தின் உச்சியிலமர்ந்து காட்டின் அடர்த்திக்குள்
கூர்மையாய் பார்த்தது துரத்தி வந்த வல்லூறு
காடெங்கும் உயிர் பிழைத்திருக்க ஓடிய
காட்டுயிர்களின் மூச்சு

கணத்த அமைதியிலிருந்த காட்டை
நிறைய கண்கள் பார்த்தபடியிருந்தன
காட்டுவாசி எறிந்த ஈட்டியைப்போல்
தரை நோக்கிப் பாய்ந்து வந்த வல்லூறு
உதிர்ந்த பாதாம் இலைகளில் ஒன்றென மிதந்து
காட்டிலிருந்து வெளியேறியபோது
ஒரு புறாவின் தொண்டைக்குழி
துடித்தடங்கும் சப்தம் கேட்டது

அதே நேரத்தில்
ஒரு தவளை விழுங்கப்படும் சப்தம்
காட்டிலிருந்து வெளிப்பட்டது

வாழ்வதற்காக
துரத்தவும் வேண்டியிருக்கிறது
தப்பிக்கவும் வேண்டியிருக்கிறது
கொல்லவும் வேண்டியிருக்கிறது
சாகவும் வேண்டியிருக்கிறது
எத்தனை சவாலானதாக இருக்கிறது வாழ்க்கை

வீரன்

மழையிலும் வெயிலிலும் கருத்த திடகாத்திரன்
உசிலைகள் நடுவே நிற்கிறான்
ஒடுக்கிய திமிரைக் கடித்துத் துப்பிய பற்களில் மைக்கருப்பு
காலடியில் வேலம் நொதித்த சாராயம்
நாட்டுச்சேவல் தலை துடிக்கும்
பலிபீடக் குருதியில் நாவினைப் புரட்டி
உக்கிரம் தணிக்கிறான் மூப்பன்

வெயில் காந்தும் கரிசல்
பறிக்கப்பட்ட நிலத்திற்கு பாடு கூடாதென்கிற வீம்பு
கொப்பளித்துத் துப்பும் வாய்நீரில் முகத்திலுமிழும் வேகம்
துவைத்து காற்றாட கிடக்கும் உருமாவில் ஆனந்தக் கூத்து
சுவர் அண்டும் நாய்ப் பேய்ந்து
ஏர்நுனிப் பிளவில் எள் முளை
புதுத்தோல் இறுக்கி அதிர்கிறது தொண்டகம்
வாளிப்புத் தொடையில் கைத்தாளமிடுகிறான் பாணன்

காட்டுப் பனையில் கள் இறக்கி
நிரவிக் களித்த இளந்தாரி
உடும்பு முட்டைக் குடித்து வளர்ந்த உடல்
குதிகால் முறித்த நிலக்கிழான் மீது
வஞ்சம் தணியாது செத்தவனின் ஆவிப் புகுந்தவன் நான்
மதம் கொண்ட கரித்தடம் காட்டில் காண்பார்
அஞ்சி மருள்வதைப்போல்
அஞ்சிட ஆடுவேன் நடுங்கிட குதிப்பேன்
கூடு பாயத் தூண்டுவேன் என் வீரனை.

பண்ணைப்புர பாணன்

பாவலர் இல்லாத நேரத்தில்
ஆர்மோனியப் பெட்டியில் ஒளிந்திருந்த
பாடலைத் தேடிச் சென்றான் ராஜா
கீழ் வரிசை சுரக் கட்டைகளில் விரல்கள் படர்ந்தபோது
யாருமற்ற வீட்டின் மௌனத்தை
மெல்லக் கலைத்த இசை
இதற்கு முன் அடைந்திடாத சிலிர்ப்பைக் கொடுத்தபோது
தன்னிடமிருந்து ஒரு கருநீலப்பறவை
ரகசியமாய் பறந்துபோனதை
யாரிடமும் அவன் கூறவில்லை

அன்று இரவு
வானுயர்ந்த சோலையில் அப்பறவை
நெடுநேரம் பாடிக்கொண்டிருந்த பாடல்
அவனுக்கு மட்டுமே கேட்டிருக்கக்கூடும்
நாவறண்டு தாகிப்பவனைப்போல்
அந்தப் பாடலின் பிரவாகத்தைத் தேடி
எழுந்து ஓடியபோது
கங்கையின் கால்தடுக்கி விழுந்தான்

கோழியின் நெஞ்சுக்கூடுபோல் இதம் பெற்றிருந்த
சின்னத்தாயின் பாதங்களிலிருந்து
இசைக் குறிப்புக்கான கோடுகளை எடுத்துக் கொண்டான்
காற்று நிரம்பிய வெளியைத் தொட்டபோது
நிலா மேலெழுந்து போய்க்கொண்டிருந்தது

நிறைய பறவைகள் அச்சத்தில் கத்துவதுபோல்
காய்ந்த இலைகளின் உதிர்வில் சப்தம் உண்டாயிற்று
பின்னணியில் அப்படியோர் ஓசை!
மீண்டும் பாடல் கேட்கத் தொடங்கியது

தூரத்தில் எங்கோ மூங்கில் பிளந்துகொண்டதோவென
ஊர் நினைத்துக்கொள்ளும்படி ராஜா பாடத் தொடங்கினான்.

அடியே மருதாணி

மருதாணி அரைப்பதற்கு
மூன்று வீட்டுக் கூரைப் பிடுங்க போனாள் ஒருத்தி
அந்தியில் பறித்து வந்த இலைகளை
நனைத்து அம்மியில் வைத்துவிட்டு...

முதல் வீடு முறைமாமன் வீடு
கூரையில் கை வைத்தவளை
கோழியைப் பிடித்து பஞ்சாரத்தில் அடைப்பதுபோல்
நெஞ்சோடு அணைத்துக் கொண்டான்

கூரைப்பிடுங்க நேரமாயிற்றென்று
சொல்லிக் கொள்ளலாம் என்றதும்
குழவிக் கல்லைப்போல் கறுத்துக் கொழுத்திருந்த
கொழுநனின் தொடையில்
தலை வைத்துச் சிணுங்கினாள்

வாசலில் பூவரசு இலைகள் கொட்டுவதை வைத்து
இது இலையுதிர் காலமா என்றவள்
ஐயோ! இதெல்லாம் அப்புறம்தான் என்று
புட்டம் துடைத்து எழுந்து கொண்டாள்

முதல் கூரையிலேயே மூன்று முறை
பிடுங்கிக் கொண்டு போய்
அம்மியில் வைத்து மசிய அரைத்தவள்
காலையில் தன் கைகளை மலர்த்திப் பார்த்தாள்
அதில் செங்காந்தள் பூத்திருந்தது.

குற்றம்

குற்றம் செய்துவிட்டு
தடயங்களை அழித்துக் கொண்டிருந்தான்
தடயங்களை அதிகப்படுத்திவிட்டு
செல்லத் தெரியாத அவன்
எப்போது வேண்டுமானாலும் பிடிபடக்கூடும்.

மௌனன் யாத்ரிகா

வசிப்பது:
அரியலூர் மாவட்டம், செந்துறை.

பணி:
உதவிப் பேராசிரியர், தமிழ்த்துறை, அரசு கலைக் கல்லூரி, அரியலூர்.

எழுதியுள்ள நூல்கள்:
1. பேய்த்திணை- காலச்சுவடு பதிப்பகம் -2006
2. இனிக்கும் பழம்-விஜயா பதிப்பகம்-2010
3. அந்த நாடோடியின் பாடல் நனைந்து விட்டது- எழுத்து இலக்கிய அமைப்பு- 2016
4. நெல்லில் கசியும் மூதாயின் பால்- மேன்மைப் பதிப்பகம்-2016
5. நொதுமலர்க் கன்னி- டிஸ்கவரி புக் பேலஸ்- 2018

விருதுகள்:
1. வாசகசாலை தமிழ் இலக்கிய விருது. 2018 ஆம் ஆண்டின் சிறந்த கவிதைத் தொகுப்பு "நொதுமலர்க் கன்னி".

Ph : 8344434403
mounanyathriga@gmail.com